Table of Contents

வெற்றியும் வாழ்வும்

மனக்கசப்பு, மன்னியாமை

தேவ திட்டம் நமக்கு உண்டு

பணிக்கு தேவையான தேவ கிருபை

கர்ஜிக்கும் சிங்கமான சாத்தானின் செயல்கள்

கலக்கமும், குழப்பமும்

தேவனாலே வருகிற மகிமை

இனி நான் அல்ல நீரே

மாய்மாலம் தேவன் வெறுக்கும் குணமாகும்

பெற்ற தாயை மகிழப்பண்ணிய மகள்

மனதில் தோன்றுவதை எல்லாம் பேசுவதால் ஏற்படும் குளறுபடிகள்

நம் வாழ்க்கை நம் கையில்

விசுவாச ஜெபம்

பெற்றோர் செய்த நன்மைக்கு பதில் நன்மை செய்தல்

யதார்த்த வாழ்வு

கர்த்தரின் ஆசீர்வாதமே ஐஸ்வரியத்தை தரும்

பிறரின் கட்டுப்பாட்டுக்குள் கைப்-பொம்மையாய் இருப்பது தவறு

விழித்திருந்து ஜெபியுங்கள்

குற்றத்தை மன்னிப்பது

வெற்றியும் வாழ்வும்

பொது அறிவை வாழ்வில் பயன்படுத்த
வேண்டும்

எப்படி கொடுக்க வேண்டும்

இரக்கமே ஆண்டவர் விரும்புவது

கவலை திரும்ப, திரும்ப கவலை

சுற்றி வளைத்துப் பேசுவது

சந்தோஷமான இல்லம்

நன்மையும் கிருபையும் உன்னைத்
தொடரும்

மனிதரிடம் நாம் எதை
எதிர்பார்க்கிறோமோ? அதனை நாம்
பிறருக்கு செய்ய வேண்டும்

உள்ளதை உள்ளது என்று பேச
வேண்டும்

நமக்கு தேவன் குறித்ததை மட்டும்
செய்ய வேண்டும்

யாவருக்கும் உதவி செய்யும் இறைவன்

உன் கை செய்யும் வேலையில் எல்லாம்
உன் தேவனாகிய கர்த்தர் உன்னை
ஆசிர்வதிப்பார்

மரணபரியந்தம் நம்மை நடத்துவார்

முதியவர்கள் பிள்ளைகளை
ஆசிர்வதிக்க வேண்டும்
ஆசீர்வதிக்கப்பட்டவர்கள்

வெற்றியும் வாழ்வும்

தேவனை மட்டும் சார்ந்து வாழுதல்
பிறர் விஷயத்தில் தேவையில்லாமல்
தலையிடாமல் இருத்தல்

தேவனை மட்டும் சார்ந்து வாழுதல்
பிறர் விஷயத்தில் தேவையில்லாமல்
தலையிடாமல் இருத்தல்

வெற்றியும் வாழ்வும்

ஸ்டெல்லா
ராஜகுமார்

◆ ◆ ◆

வெற்றியும் வாழ்வும்

About the book

நம் அன்றாடம் வாழ்வில் குற்ற உணர்வு பாவங்களை மேற்கொள்ளுவதில் தடுமாற்றம் போன்றவை அனைவருக்கும் ஏற்படுவதுண்டு. தேவ வார்த்தை மூலம் நமது தவறுகளை சரி செய்யவும் பாவங்களை மேற்கொள்ளவும் நம்மால் முடியும் என்பதனை இந்த புத்தத்திலுள்ள 50 சம்பவங்கள் சுருக்கமாக விளக்குகிறது. மனித பயம், பொது அறிவை பயன்படுத்துதல், மனக்கசப்பு, குறைகூறாமை, மாய்மாலம், கவலை, இரக்கம் விசுவாசம், ஆசிர்வாதம் போன்ற பல தலைப்புகள் அடங்கியுள்ளன. இதனை வாசித்து நம்மை நாமே நிதானித்து பொல்லங்காய் தோன்றும் தீயதை நம்மை விட்டு விலக்குவோமாக. குயவன் களிமண்ணை எடுத்து திரும்பத் திரும்ப சரி செய்து ஒரு பாத்திரமாக உருவாக்குவது போல கர்த்தர் நம்மையும் சரி செய்து பிறருக்கு பயன்படும் பாத்திரமாக வனைகிறார்.

◆ ◆ ◆

வெற்றியும் வாழ்வும்

நெகிழ வைத்த நிஜங்கள்

நிஜங்கள் நிழலாட்டமிடுகின்ற இவ்வுலகில், சில நிஜங்கள் நினைவுகளில் நீங்கா இடம் பெறுகின்றன. அந்நிஜங்கள் நெகிழ வைத்து காலமெல்லாம் நினைத்து பார்த்து மகிழவும், மிளரவும் செய்கின்றன.

நம் பாவங்கள் யாவற்றையும்,கிறிஸ்து மன்னித்து விட்டார் என்று நம்புகிறோம்.ஆயினும் பாவத்தை மேற்கொண்டு வாழ்வதில் தடுமாறுகிறோம்.

கிருபைக்கு கீழ்பட்டிருக்கிற நம்மால் நிச்சயம் பாவத்தை மேற்கொண்டு வெற்றியோடு வாழ இயலும்.

கோபம்,இச்சை,மாய்மாலம், மனக்கசப்பு போன்ற எல்லாவிதமான பாவங்களையும் மேற்கொண்டு வெற்றி வாழ்வு வாழலாம்.

50 சம்பவங்கள் மூலம் தொடர்ந்து தேவ ஒத்தாசையுடன் அவர் தரும் ஜீவனுள்ள வார்த்தை மூலம் பாவங்களை மேற்கொண்டு ஜெயமுடன் வாழ முடியும் என்பதனை இப்புத்தகம் விளக்குகிறது.

நாம் நம்முடைய கர்த்தராகிய இயேசு கிறிஸ்துவினாலே முற்றிலும் ஜெயம் கொள்ளுகிறவர்களாயிருக்கிறோம்

◆ ◆ ◆

வெற்றியும் வாழ்வும்

மனித பயம்

கர்த்தர் எனக்கு சகாயர், நான் பயப்படேன், மனுஷன் எனக்கு என்ன செய்வான்? எபிரேயர் 13:6.

விக்டோரியா, வெளிநாட்டு நிதிமூலம் நடத்தப்படும் தொண்டு நிறுவனத்தில் பணியாற்றி வந்தாள். எதிர்பாராத நேரம் அந்த நிறுவன மேலாளர் மூலம் சாத்தான் சோதனையை கொண்டு வருகிறான். மேலாளர் அந்த ஊரில் ஏற்கனவே இருக்கும் ஆலயத்தை இடித்து மறுபடி கட்ட விக்டோரியாவிடம் தொண்டு நிறுவன நிதியினை கேட்கிறார். விக்டோரியா அந்த நிதி திக்கற்ற பிள்ளைகளுக்கென்று வருகிற நிதியாகும். ஆலய கட்டுமானத்திற்கு அதனை கொடுத்தால், அந்த நிதி நிறுத்தப்பட்டு விடும் என்று கூறி மறுக்கிறாள். இதனால் விக்டோரியா பலவித பிரச்சினைகளை சந்திக்கிறாள்.

விக்டோரியா மிகுந்த பயந்த சுபாவமுடைய பெண். மிகுந்த மன வேதனையுடன், தனது கணவருடன் இருசக்கர வாகனத்தில் செல்லும் போது, 'கர்த்தர் எனக்கு சகாயர், நான் பயப்படேன். மனுஷன் எனக்கு என்ன செய்வான்' என்ற வசனம் கண்முன்

வெற்றியும் வாழ்வும்

தோன்றியது. நாம் மனிதர் மூலமோ, சாத்தான் மூலமோ, பிரச்சனைகளை, எதிர்ப்புகளை சந்திக்கும் வேளையில் தேவன் நம்மோடு பேசுவார். நம் இருதயத்திற்குள் பரிசுத்த ஆவியானவர் பாடல் அல்லது வசனம், மூலம் பேசுவார். இப்படி விக்டோரியாவிற்கு வந்தது போல சில சமயம் வசனமோ, அல்லது வெளிப்பாடோ கிடைக்கலாம். எப்போதும் வெளிப்பாடு கிடைக்காது. எப்போதாவது வெளிப்பாடு கிடைக்கும். நாம் முகமுகமாய் பரலோகத்தில் அவரை காண முடியும். தினமும் வேத வார்த்தை மூலம் அன்றன்று அவர் நம்மை நடத்துவார். அதனை காலம் தாழ்த்தியே விக்டோரியா புரிந்து கொண்டாள். தேவபெலன் வசனம் மூலம் நமக்கு பிரச்சனை நேரங்களில் பெலனையும், ஆறுதலையும் தருகிறது.

◆ ◆ ◆

வெற்றியும் வாழ்வும்

குணசாலியான ஸ்திரி

குணசாலியான ஸ்திரி குடும்பத்தில் குதூகலத்தைக் கூட்டுகிறாள். குடும்ப உறுப்பினர்களுக்கு நல்வழி காட்டுகிறாள். பெண் ஊட்டுகின்ற ஞானப்பாலின் மூலமாக வளமான வாழ்வு நலம் பெறுகிறது. எனவே குணசாலியான ஸ்திரியை வேதாகமம் போற்றுகிறது.

அநேகம் பெண்கள் குணசாலிகளாய் இருந்ததுண்டு, நீயோ அவர்கள் எல்லாருக்கும் மேற்பட்டவர். **நீதி 31:29**

விமலா ஆசிரியை பணியாற்றி வந்தாள். விமலாவின் வீடு ஒரு கிராமம் பஸ் வசதி இல்லாத காலத்தில் தினமும், காலை, மாலை இருவேளையும் பள்ளிக்கு நடந்து தான் செல்ல வேண்டும். இவளது கணவர் வேறு ஊரில் பணியாற்றியதால் வாரம் ஒருமுறை தான் வீட்டிற்கு வருவார். விமலா, 3 பிள்ளைகளையும் கவனித்து, பள்ளியிலும் மிக சிறப்பான ஆசிரியையாக திகழ்ந்தாள்.

விமலாவிற்கு அந்நாட்களில் வயல் மற்றும் விளை நிலங்களில் இருந்து, அரிசி, உளுந்து, எள், பயிர்

வெற்றியும் வாழ்வும்

வகைகள், கருப்புக்கட்டி, முதலியவை ஏராளம் கிடைப்பதுண்டு. விமலா எதையும் விற்று சேமிப்பதில்லை. அவற்றை சாப்பாட்டிற்கு வழியில்லாமல் வறுமையில் வாடும் ஏழைகளுக்கு கொடுத்துவிடுவார். விமலாவின் மகளுடன் படித்த ஏழை மாணவி 6வது வகுப்பு முதல் 11 வகுப்பு வரை விமலா மூலமே தினமும் போஷிக்கப்பட்டாள்.

விமலா வீட்டில் பணி செய்து வந்த ஒரு அம்மாவின் குடும்பத்தினர் விமலாவால்தான் பிழைத்து முன்னேறினது. தனது முதிர்ந்த வயதில் பிள்ளைகளின் பிள்ளைகளை வளர்த்துக் கொடுத்தார்கள். தனது கணவரற்ற சகோதரிக்கும், கஷ்டப்பட்ட ஒரு சகோதரிக்கும், தகப்பனற்ற சகோதரியின் மகன், மற்றும் தாயை இழந்த சகோதரனின் மகளை பல வருடம் தன்னுடன் வைத்து பராமரித்து வந்தார்கள். தன் சொந்த பிள்ளைகளிடம் மிகவும் அனுசரித்து நடந்து வந்தார்கள். விமலா போல் நாமும் பிறர் நலன் பேண அழைக்கப்படுகிறோம்.

◆◆◆

வெற்றியும் வாழ்வும்

அன்பின் பிரயாசங்கள்

அன்பு தான் குடும்பத்தைக் கட்டும் கயிறாக, அடுத்தவரை இணைக்கும் பாலமாக சமுதாய சந்தோஷத்தைத் தருவதாக இருக்கிறது. தேவன் அன்பாகவே இருக்கிறார். அவரை பின்பற்றுகிற நாமும் இயேசுவைப் போலவே அன்பை பிரதிபலிக்க வேண்டும். நமது அன்பின் பிரயாசத்தை தேவன் மறந்துவிடுவதில்லை.

தமது நாமத்திற்காக காண்பித்த அன்புள்ள பிரயாசத்தை மறந்து விடுகிறதற்கு தேவன் அநீதியுள்ளவர் அல்லவே. எபிரேயர் 6:10.

சார்லஸ் பணிக்கு வந்தவுடன் தனது தங்கை, தம்பிகளின் திருமணச் செலவு, கல்வி செலவுகளை ஏற்றுக் கொண்டார். தகப்பனாரின் கடன் தொகைகளையும் தலையில் சுமக்க வேண்டிய சுமை.

தனது திருமணத்திற்கு முன் ஆறு வருடம் மட்டுமில்லாமல் திருமணத்திற்கு பின்னரும் ஏழு ஆண்டுகள் பெற்றோர் உடன் பிறப்புகளுக்காக உழைத்து அன்பின் பிரயாசத்தை வெளிப்படுத்தினார். தான் பணியாற்றிய பல பள்ளிகளிலுள்ள ஏழை எளிய மாணவர்களுக்கான கல்வி செலவினை ஏற்றுக்

கொண்டு தனது பிள்ளைகளுக்கு முன்மாதிரியாக விளங்கினார்.

வேதாகமம் காட்டிய அன்பின் பிரயாசங்களை தனது வாழ்வில் பிரதிபலித்ததினால் சாதி, மத, இனம் கடந்து அவர் செய்து வந்த உதவிகளை தேவன் மறக்கவில்லை. இவருடைய மகள், மருமகன், மகனுக்கு, எவ்வித சிபாரிசும் இன்றி பணிகளை தேவன் கொடுத்து ஆசிர்வதித்தார். இவருடைய பிள்ளைகளும் நுண்ணறிவு ஆற்றலோடும் மாய்மாலமற்ற அன்போடும், சீரிய பண்போடும் தகப்பனைப் போல் இரக்கம் நிறைந்தவர்களாய் திகழ்ந்தனர்.

சார்லஸ் வாழ்வில் நிகழ்ந்த அன்பின் கிரியைகளை தேவன் மறந்து விடவில்லை, என்பதை மனதில் கொண்டு அன்பின் பிரயாசங்களை அப்பியாசப்படுத்துவோம்.

> 1 கொரி 16:14-ன்படி 'உங்கள் காரியங்கள் எல்லாம் அன்போடே செய்யப்படக் கடவது'.

◆◆◆

வெற்றியும் வாழ்வும்

வினாவுள்ளவர்களாய் இருங்கள்

ஏன்? எதற்கு? எங்கே? எப்படி? என்ற வினாக்களே உருப்படியாய் வாழ்வதற்கு பகுத்து கொடுக்கிறது. கண்டதையும் அறிவது அறிவல்ல. கண்டவற்றை பகுத்து அறிவதே அறிவு.

சர்ப்பங்களைப்போல வினாவுள்ளவர்களும், புறாக்களைப் போல கபடமற்றவர்களாய் இருங்கள் என்று எச்சரிக்கை உணர்வை ஊட்டுகிறார். மத்10:16.

துரைசாமி, மிகவும் கபடற்று இருந்ததால், ஏன்? எதற்கு? என்ற வினாவுள்ளவராய் செயலாற்ற இயலவில்லை. யார் எப்படிப்பட்டவர் என்பதனை அறிய தெரியாதவர். இவ்வித விவேகம் இல்லாததால் தனது விளைநிலங்களை பயிரிடத் தெரியாத பரிதாப நிலைக்குள்ளானார். இந்நிலை அறிந்த உறவினர்கள் இவருடைய விளைநிலங்களை குறைந்த விலைக்கு இவரிடமிருந்து வாங்கிக் கொண்டு ஏமாற்றினர். வாழ்நாள் முழுவதும் பிறரையேச் சார்ந்து மகிழ்வற்று வாழ்ந்து வந்தார்.

எனவே வேதாகம கூற்றுப்படி வினாவுள்ளவர்களைப் போல விவேகத்துடன் வாழ உலகை வெல்ல விளைவோம். துரைசாமி போல விவேகமற்று,

வெற்றியும் வாழ்வும்

வினாவற்ற நிலையில் வாழக்கூடாது. ஆவியானவருக்கு மட்டும் கீழ்ப்படிந்து ஆண்டவர் கரத்தில் நம் வாழ்வை கொடுத்து அவரது சித்தத்தின் மையத்தில் வாழ்ந்திடுவோம்.

துரைசாமி என்பவர் கபடமற்ற உத்தமர், யாவருடனும் இணக்கமாக, வளைந்து கொடுக்கும் பண்பு உள்ளவர். தன் 5 சகோதரிகளின் பெண் பிள்ளைகள் 8 பேருக்கு தனது கஷ்ட நேரத்திலும் அவர்களின் திருமணத்திற்கு மோதிரம் அணிவித்தார். 2 பிள்ளைகளின் பிள்ளைகளை வளர்த்துக் கொடுத்தார். கடைசி நாட்களின் பிள்ளைகள் வீட்டில் இருக்கும் போது மிகவும் அன்புடனும், அனுசரித்தும் நடந்து கொண்டார்.

மிகவும் கபடற்று இருந்தவர் வினாவற்று இருந்ததால் இவர் உறவினர் மற்ற ஏனையோர்களால் ஏமாற்றப்பட்டார். தனது விளை நிலங்களை மிகவும் குறைந்த விலையில் தனது ஊரில் விற்பதற்கு இவரது வினாவற்ற தன்மையே முக்கிய காரணமாகும்.எல்லா காரியத்திலும் ஞானமாக நடக்க ஞானம் தாரும் என்று கர்த்தரிடம் ஜெபித்து ஞானத்தைப்பெற்றுக்கொள்வோம்.

துரைச்சாமி போல விவேகமற்று, வினாவற்ற நிலையில் இல்லாமல், விவேகத்துடன் வினாவுள்ளவர்களாய் வாழவும், பிறரது கட்டுப்பாட்டில் இல்லாமல் வாழவும் அழைக்கப்பட்டிருக்கிறோம். ஆவியானவருக்கு மட்டும் கீழ்ப்படிந்து நமது வாழ்வை அவர் கரத்தில் கொடுத்து அவரது சித்தத்தின் மையத்தில் நடக்க வேண்டும்.◆◆◆

வெற்றியும் வாழ்வும்

குறைகூற வேண்டாமே

நிறைவற்ற பண்பாளரே குறைகூறும் குணமுடையோராய் திகழ்வர். தன்னிடம் உள்ள குறைகளை மறைப்பதற்கே அடுத்தவரின் குறைகளை மிகைப்படுத்துவர். தாழ்வு மனப்பான்மை உடையோரும், குற்ற மனப்பான்மை கொண்டோரும் அடுத்தவரை குறைகூறி மனம் மகிழ்வர்.

நீங்கள் குற்றவாளிகள் என்று தீர்க்கப்படாதபடிக்கு, மற்றவர்களை குற்றவாளிகள் என்று தீர்க்காதிருங்கள்- மத்தேயு 7:1

ரீட்டா அமைதியானவர். 50 வயது வரை மிக அதிகம் பேசவே மாட்டாள். 50 வயதிற்கு பின் அதிகமாக ஆண்டவருக்காய் செயல்பட எண்ணினாள்.

எந்த ஒரு நபரும் தேவனுக்காக மிகத் துடிப்புடன் செயல்பட நினைக்கும் போது, சாத்தான் ஏதாவது ஒரு வழியில் தடைகளை உண்டு பண்ணுவான். அவ்விதமே ரீட்டாவை சிலர் பல வழிகளில் மனக் காயங்களை ஏற்படுத்தினர். பலரால் புறக்கணிக்கப்பட்ட போதும் அதனை மனதிற்குள்ளே வைத்திருந்தாள். தன்னை மிக அதிகமாய்க் காயப்படுத்தியவர்கள் மீது மனக்கசப்பு ரீட்டாவுக்கு இருந்தது. எனவே அவர்களைக் குறித்து குறைகூறி வந்தாள்.

வெற்றியும் வாழ்வும்

மிகச்சிறந்த ஆசிரியரால் எழுதப்பட்ட 'வாய்' என்ற புத்தகத்தினை ரீட்டா படித்தாள். வாய் மூலம் சாத்தான் நம்மை எப்படி எல்லாம் பாவம் செய்ய தூண்டுகிறான் என்பதை அறிந்திடும் சிறப்பான புத்தகம் அதனை வாசித்த பின், வாய் சம்பந்தப்பட்ட வசனத்தை, தொடர்ந்து தியானித்து வந்தாள்.

அனுதினமும் காலையிலே தனது வாயை ஆண்டவர் கரத்தில் ஒப்புவித்து, 'பரிசுத்த ஆவியானவரே என் வாயை உமது கட்டுப்பாட்டில் வைத்துள்ளேன். பயனுள்ள காரியத்திற்காக மட்டும் என் வாயை பயன்படுத்த எனக்கு உதவி செய்யுங்கள், ஆண்டவரே' என்று ஜெபித்து வந்தாள். தொடர்ந்து ஜெபித்து பயிற்சித்து, பரிசுத்த ஆவியானவரின் ஒத்தாசையின் கிருபையால், பிறரை உற்சாகப்படுத்தும் வார்த்தைகளை மட்டுமே பேசினாள். குறைகூறுவதை முற்றிலும் விட்டுவிட்டாள். அதன்பின் ஆண்டவர் இவளை சபையில் பலருக்கு ஆசீர்வாதமாக செய்தி கொடுக்க பயன்படுத்தினார். கர்த்தருக்குள் பிரியமானவர்களே, வாயினால் பிறர் புண்படும்படி பேசுவது, பட்டயக்குத்து போல் பேசுவது, புறம்கூறுவது, பிறர் பெயருக்கு அவப்பெயர் உண்டாக அவதூறு வார்த்தைகள் பேசுவது, பொய் பேசுவது, மிகைப்படுத்திப் பேசுவது, பெருமை பேசுவது, வீணாகப் பேசிக் கொண்டே இருப்பது, நியாயம் தீர்த்து பேசுவது, குறைகூறி பேசுவது, போன்றவை யாவும் பாவமே.

கர்த்தர் விரும்பும் வண்ணம், கிருபை பொருந்திய வார்த்தைகளை, பிறரை உற்சாகப்படுத்தும் வார்த்தைகளை, பிறர் பயன்படும் விதத்தில், ஞானம் விளங்க பேசுதல் வேண்டும்.

வெற்றியும் வாழ்வும்

எப்போது பேச வேண்டும்? எப்படி பேச வேண்டும்? எதைப் பேச வேண்டும்?, என்பதனையும் யாரிடம் பேசுகிறோம்?, எந்த நேரத்தில் எதை பேச வேண்டும்? என்று யோசித்து பேச வேண்டும்.

வாயைப் பயன்படுத்துவதற்கான ஜெபம்

கர்த்தாவே என் வாய்க்குக் காவல் வையும்; என் உதடுகளின் வாசலைக் காத்துக்கொள்ளும். சங். 141:3

வாயை சரியாக பயன்படுத்துவதற்கான வாக்குதத்தம்

நான் உன் வாயோடே இருந்து நீ பேச வேண்டியதை உனக்குப் போதிப்பேன் என்றும் வேதாகம வார்த்தைகளை மனதில் நிறுத்தி பேச்சை வெளிப்படுத்துவோம். யாத்திராகமம் 4:12

வாயை சரி செய்து கொள்ள அடிக்கடி தியானிக்க வேண்டிய வசனங்கள் கீழே

எப்படி பேசக் கூடாது? நீதி 18:21, நீதி 10:19, ரோம 2:1, 2, லூக் 6:37, லேவி 19:16, நீதி 19:9, நீதி 12:22, யோவா 8:44, மத் 5:37, எபேசி 4:29, எபேசி 5:4, சங் 12:3, நீதி 27:2, நீதி 12:18, மத் 12:36, மீகா 10:9-11, 2 தீமோ 2:16, நீதி 8:8, நீதி 25:9, யாக் 3:8, யாக் 3:6.

வெற்றியும் வாழ்வும்

எப்படி பேச வேண்டும்? பிலி 4:8, 1 தெச 5:11, நீதி 31:26, எபே 4:29.

◆ ◆ ◆

வெற்றியும் வாழ்வும்

குற்ற உணர்வு

குற்ற உணர்வு மனதில் தொற்றிக் கொண்டால் குதூகலமாக செயலாற்ற முடியாது. குற்ற உணர்வு உடையோர் சமுதாயத்தில் குனிந்தே செல்லும் மனநிலைக்கு தள்ளப்படுகின்றனர். குற்ற உணர்வு தொற்றி கொண்டிருக்கும் போது வெற்றி நோக்கி நாம் செல்ல முடிவதில்லை.

எனவே தான் வேதாகமும் ஏசாயா 43:18-ல் '**முந்தினவைகளை நினைக்க வேண்டாம்**' என்கிறது. நடந்தேறிய நிகழ்வுகளை முந்தினவற்றை நினைக்க வேண்டாம். அவற்றைப் பற்றி சிந்திக்கவும் வேண்டாம். அவ்வாறு சிந்திக்கும் போது குற்ற உணர்வு தொற்றிக் கொள்ளும் அபாயம் ஏற்படலாம்.

பியூலா தனது, பெற்றோரை பலமுறை கோபப்படுத்தி, மனமடிவாக்கிவிடுவாள். அது அவளுக்கு மிக அதிகமான குற்ற உணர்வை ஏற்படுத்தியதால் தனது தாய், தகப்பனிடம் மன்னிப்பு கேட்டாள். எனினும் பல வருடமாக குற்ற உணர்வு மாறவே இல்லை. தனது கணவரோ, பிள்ளைகளோ ஏதாவது திட்டினாலும், சிறிய அல்லது பெரிய பிரச்சினைகள ஏற்பட்டாலும், அதற்கு தான் செய்த தவறே காரணம் என்று நினைத்து, வருந்துமளவிற்கு குற்ற உணர்வால் வாதிக்கப்பட்டாள்.

வெற்றியும் வாழ்வும்

குற்ற உணர்வு இருந்தால், சரியாக வேதம் வாசிக்க முடியாது. பொதுவாக, குற்ற உணர்வில் இருப்பவர்களை தேவன் நம் மீது எப்போதும் கோபமாகவே இருப்பதாகவே எண்ணிக் கொண்டிருப்பார்கள். தேவன் வேத வசனம் மூலம் வாக்குத்தத்தம் அல்லது பலவித காரியங்களினால் பேசினாலும் குற்ற உணர்வில் இருப்பவர்களுக்கு தேவன் தனக்கு ஒன்றும் செய்யமாட்டார். நான் எந்தவித ஆசீர்வாதத்திற்கும் தகுதி இல்லை என்ற எண்ணமே மேலோங்கி நிற்கும் தொடர்ந்து பரிசுத்த வாழ்வில் முன்னேற முடியாது. பலமுறை தான் செய்த தவறுக்கு வருந்தி மன்னிப்பு கேட்டிருப்பார்கள். ஆயினும் மகிழ்வற்ற தன்மையினால் முன்னேற்றம் தடைபட்ட நிலையில் இருப்பார்கள். குற்றத்தைச் செய்ய வைப்பதும், வருடக்கணக்கில் குற்ற உணர்வினை தருவதும் சாத்தானின் தந்திரமே. குற்ற உணர்வினால் நம்மையே அழித்துக் கொள்ள வேண்டாம்.

பியூலா ஒருநாள் மிகுந்த பாவ பாரத்துடன் குற்ற உணர்வை அகற்றும்படி தேவனிடம் எல்லாவற்றையும் கூறி வேண்டினாள். ஆண்டவர் அவளது பாவத்தை மன்னித்து, குற்ற உணர்வினை அகற்றினார். எரேமியா 31:34வின்படி 'அவர்கள் அக்கிரமத்தை மன்னித்து, அவர்கள் பாவங்களை இனி நினையாதிருப்பேன்' என்று தெளிவாகப் பேசினார். இதனை வாசிக்கும் தேவ பிள்ளையே, நீங்கள் யாராக இருப்பினும், தவறு செய்தவுடன் அறிக்கையிட்டு முன்னோக்கிச் செல்ல வேண்டும். தினமும் பரிசுத்தத்தை காத்துக் கொள்ள நம்மை நாமே சுயபரிசோதனை செய்து கொள்ள வேண்டும். மாதம்

வெற்றியும் வாழ்வும்

ஒருமுறை தனித்து ஆண்டவரிடம் அமர்ந்து நம் இருதயத்தை அர்ப்பணித்து நம்மை நாமே சுத்திகரித்துக் கொண்டு அவருக்குள் நடந்து கொள்ள வேண்டும். பரிசுத்த ஆவியானவர் தவறு என்று உணர்த்தும் காரியத்தை செய்யாதிருக்க நமது பலவீனத்தில் உதவி செய்கிற பரிசுத்த ஆவியானவரின் பெலனை தினமும் சார்ந்து கொள்ள வேண்டும்

சங் 32:1-இன் படி நாம் நமது தவறுகளை ஆண்டவரிடம் அறிக்கை செய்யும் போது அவர் உடனே மன்னித்து விடுகிறார் என்பதனை நாம் நம்ப வேண்டும். கொலையே செய்திருந்தாலும் அவரது இரத்தத்தினால் சுத்திகரிக்க முடியாத பாவம் எதுவும் இல்லை. சிலுவையில் இரத்தம் சிந்தி நம்மை மீட்டுக் கொண்டார். முக்காலத்திற்கும் நமது கடந்தகால, நிகழ்கால, எதிர்கால பாவங்களுக்காக கிரயம் செலுத்திவிட்டார். நாம் அறிக்கையிட்டு விட்டுவிட்ட பின் நாம் அவர் பிள்ளைகளாகிறோம் அவருக்குள் தினமும் நடந்து கொள்வதிலும், பரிசுத்தமாகுதலிலும், ஜாக்கிரதையாய் இருக்க வேண்டும்.

நமது முந்தைய பாவ காரியங்கள் மனதில் வடுக்களாக இருக்கவே செய்யும். அவரே நம்மை முற்றிலும் மன்னித்து அவரது வசனம் மூலம், பாடல் மூலம் நாம் அவரிடம் சேரும் சிலாக்கியம் பெற்றுவிட்டோம். நமக்கு ஆக்கினை தீர்ப்பில்லை. கிறிஸ்துவுக்குள் புது சிருஷ்டி. நமக்கென்று வைத்திருக்கும் புது திட்டத்தில் அவருக்குள் நடப்பது தான் நமது கடமை. சாத்தான் எப்போதாவது நமது பழைய காரியத்தை நினைவுப்படுத்தினால், நான் மீட்கப்பட்ட அவருடைய பிள்ளை, அவரின் திருரத்தத்தால்

வெற்றியும் வாழ்வும்

கழுவப்பட்டு நான் அவருக்குள் இருக்கிறேன் என்று விசுவாசத்தோடு உறுதியாக கூறிட வேண்டும். நமக்குள் இருக்கும் பரிசுத்த ஆவியானவர் நமது தவறுகளை உணர்த்தி அவர் பாதையில் சரியாய் நடத்துவதற்காக உணர்த்துகிறார். இப்படி நம்மை உணர்த்தி நமது ஆயுள் முழுவதும்; அவரது தூய வழியில் நடத்துவதற்கே என்பதை அறிந்து கொள்ள வேண்டும். ஆவியானவர் உணர்த்தும் போது உடனே கீழ்ப்படிந்து சரி செய்து விட வேண்டும்.

பல மாதம், பல வருடம் குற்ற உணர்வு தருபவர் பரிசுத்த ஆவியானவர் அல்லவே அல்ல, அறிக்கையிட்ட பின்னும் குற்ற உணர்வு தருவது பிசாசு என்று அறிந்து கொள்ள வேண்டும். இனிமேல் நாம் அவரது பிள்ளைகள் என்று உறுதியாக முன்னேற்றிச் செல்லுங்கள் பிலிப்பியர் 3:13 **பின்னானவைகளை மறந்து முன்னானவைகளை நாடி** தேவன் நம்மை அழைத்த பாதையில் முன் செல்ல வேண்டும்.

பாவ மன்னிப்பிற்கான வசனங்கள்

ரோமர் 8:1 கிறிஸ்துவுக்குள்பட்டவர்களாயிருந்து கிறிஸ்துவுக்குள் நடக்கிறவர்களுக்கு ஆக்கினை தீர்ப்பு இல்லை.

சங் 103: 3 அவர் உன் அக்கிரமங்களை எல்லாம் மன்னித்துவிட்டார்.

லூக் 7:48 உன் பாவங்கள் உனக்கு மன்னிக்கப்பட்டது

லூக் 5:20 உன் பாவங்கள் உனக்கு மன்னிக்கப்பட்டது

மீகா 7:19 நம்முடைய பாவங்களை எல்லாம் சமுத்திரத்தின் ஆழத்தில் போட்டுவிட்டார்.

வெற்றியும் வாழ்வும்

சங் 103:12 மேற்குக்கும், கிழக்குக்கும், எவ்வளவு தூரமோ, அவ்வளவு, தூரமாய் அவர் நம்முடைய பாவங்களை நம்மைவிட்டு விலக்கினார்.

நான் அவர்கள் அநியாயங்களைக் கிருபையாய் மன்னித்து, அவர்கள் பாவங்களையும், அக்கிரமங்களையும் இனி நினையாமலிருப்பேன் என்று கர்த்தர் சொல்கிறார். எபிரே 8:12

நான், நானே உன் மீறுதல்களை என் நிமித்தமாகவே குலைத்துப் போடுகிறேன். உன் பாவங்களை நினையாமலும் இருப்பேன். ஏசா 43:25

எபேசியர் 1:7 கிறிஸ்துவுக்குள் அவருடைய இரத்தத்தினாலே பாவ மன்னிப்பாகிய மீட்பு நமக்கு உண்டாயிருக்கிறது.

◆ ◆ ◆

வெற்றியும் வாழ்வும்

சில நேரம் தவறாக
சிலரை புரிந்து
கொள்கிறோம்

1சாமு 16:7 **மனுஷன் முகத்தைப் பார்ப்பான்
கர்த்தரோ, இருதயத்தைப் பார்க்கிறார்.**

பிறரை தவறாக புரிந்து கொள்ளும் போது
நடைபெறும் காரியங்கள் அனைத்தும் தவறாகவே
முடிகின்றன. யாரையும் தவறாக எடை போடுவதால்
நடைபெற வேண்டிய காரியம் தடைபடுகிறது.
மனிதன் அடுத்தவரின் முகத்தை பார்ப்பதால்
அவனுடைய உள்ளான எண்ணங்கள் தெரியாமல்
போகிறது. இதனால் தவறான புரிதல்கள்
ஏற்படுகின்றன.

சில நேரம் சிலருடைய வெளித்தோற்றம், அவர்களின்
மன உணர்வுகள் அடிப்படையில் அவர்களை நாம்
தவறாக புரிந்து கொள்கிறோம். அவர்கள் நம் மீது
நல்ல அபிப்பிராயம் இல்லாதவர்கள் என்று நினைத்து
விடுகிறோம். அது மிக தாமதமாகவே நமக்கு தெரிய
வருகிறது.

எப்போதும் பிறரது நல்ல பண்புகளை மட்டுமே
பார்க்க பழகினால் நமக்கு உறவுகள் சரியாக

வெற்றியும் வாழ்வும்

இருக்கும். மேலும் ஓரளவு, எல்லை வைத்து பழகுவது நமது சமாதானத்திற்கும் நல்லது.

பிரியா, தனியார் பள்ளியில் பணியாற்றி வந்தாள். அங்கு பிரேமா என்ற மூத்த ஆசிரியை மற்ற ஆசிரியைகளை தனது கட்டுப்பாட்டிலே வைத்திருப்பார்கள். அனைத்து ஆசிரியர்களும் பிரேமா ஆசிரியையை விட்டு சற்று விலகியே இருப்பார்கள். அது போலவே பிரியாவும் இருந்தாள். ஒருமுறை பிரியாவும், பிரேமா ஆசிரியையும் ஆசிரியைகள் இருக்கும் அறையில் தனித்து இருக்கும் போது இருவரும் உரையாடிக் கொண்டிருந்த போது தான் பிரேமா ஆசிரியை தன் மீது மிக நல்ல அபிப்பிராயம் வைத்திருப்பது பிரியாவுக்கு தெரிய வந்தது.

பிரேமா ஆசிரியை ஓய்வு பெறும் நாளில் தலைமை ஆசிரியை பிரியாவை பிரேமா ஆசிரியைக்காக ஜெபிக்க அழைத்தார்கள். பிரியாவும் பிரேமா ஆசிரியையை ஆசிர்வதித்து மிகுந்த உருக்கமாக உண்மையான விண்ணப்பத்தை ஏறெடுத்தாள்.

◆ ◆ ◆

உலகறிய பிரபலப்படுத்தி தர்மம் செய்வது ஆண்டவருக்கு பிரியமற்றது

விளம்பரத்திற்காக தர்மம் செய்வது நற்பயனைத் தராது. உண்மை உள்ளத்தோடு தர்மம் செய்வது உன்னதமான பலனை தர வல்லது.

மத் 6:3 ன்படி நீயோ தர்மம் செய்யும் போது உன் தர்மம் அந்தரங்கமாய் இருப்பதற்கு உன் வலது கை செய்கிறதை உன் இடது கை அறியாதிருக்கக் கடவது.

குமார் தன் பெற்றோருக்கு ஒரே ஆண் மகன். தன் பெற்றோரைப் போல கபடமற்ற குணமும், யாரையுமே புண்படுத்தாத நற்பண்புகளும் நிறைந்தவனுமாய் இருந்தான்.

வெற்றியும் வாழ்வும்

செவிடு ஊமையருக்கான தொண்டு நிறுவனத்தில் பணி செய்து வந்தார். வயதான செவிடு ஊமையர்களின் வீடுகளுக்கு செல்வது, அவர்களுக்கான நலத் திட்டங்களைச் செய்வது, மற்றும் தொண்டு நிறுவனம் மூலம் நடத்தப்படும் செவிடு ஊமையர்களுக்கான விழிப்புணர்வு கூடகை, ஜெபக் கூடகை போன்றவைகளை எந்தவித ஆர்ப்பாட்டமும் இன்றி மிகுந்த அன்புடன் செய்து நிறைவேற்றினார்.

பிறர்காணும்படி தர்மம் செய்தால் அதன் பலனை அடைந்து தீர்ந்தாயிற்று என்று வேதம் கூறுகிறது.

பிறரிடம் சொல்லிக் காட்டி தர்மம் செய்வதும், பிரபலப்படுத்திச் செய்வதும், தேவனுக்கு பிரியமற்றது. எந்தவித பிரதிபலனும் எதிர்பார்க்காமல் அன்புடன் செய்யும் உதவியே ஆண்டவருக்கு உகந்த தர்மமாகும்.

◆ ◆ ◆

வெற்றியும் வாழ்வும்

தேவனால் எல்லாம் கூடும்

மனிதன் தன்னால் முடிந்தவற்றை சாதிக்க முடியும். தன்னால் முடியாதவற்றை தேவனிடம் ஒப்படைத்து விட வேண்டும். தேவனாலே எல்லாம் கூடும்.

'தேவனாலே கூடாத காரியம் ஒன்றுமில்லை'. லூக் 1:37.

சந்திரா மிகவும் நற்பண்புகள் நிறைந்தவள். அனைவரிடமும், இணக்கத்துடன் பழகும் இயல்புடையவள். தன்னையும், தன்னைச் சுற்றியுள்ள சுற்றுப்புறத்தையும்,தன் இருதயத்தையும், தூய்மையாகவே வைத்திருப்பாள்.

ஒருமுறை அவள் Ph.D படித்துக் கொண்டிருக்கும் போது கண் பார்வை குறைந்து கண்ணாடி அணிந்திருந்தாள். மனதில் வேதனையுடன் சற்றுத் தயக்கத்துடன் தேவனிடம் முறையிட்டாள்.

இதற்காக ஜெபித்துவிட்டு, கண்ணாடி இல்லாமல் வாசித்துப் பார்த்தாள், மிகத் தெளிவாக வாசிக்க முடிந்தது. பின் கண் பரிசோதனை செய்த போது கண்ணாடி தேவையில்லை என்று மருத்துவர்

வெற்றியும் வாழ்வும்

கூறினார். அதன்பின் அவள் கண்ணாடி அணியவே
இல்லை.

◆ ◆ ◆

கூறினார். அதன்பின் அவள் கண்ணாடி அணியவே
இல்லை.

வெற்றியும் வாழ்வும்

உலகத் தோற்றத்திற்கு
முன்னே நம்மை தேவன்
தெரிந்து கொண்டார்

பணமிருந்தால் நம்மை எல்லோருக்கும் தெரியும். பணம் இல்லை என்றால் நம்மை யாருக்கும் தெரியாது. இப்படிப்பட்ட இச்சமுதாயத்தில் நம்மை தேவன் தெரிந்து வைத்திருக்கிறார்.

எபேசி 1:4ல் 'அவர் உலகத் தோற்றத்திற்கு முன்னே கிறிஸ்துவுக்குள் நம்மை தெரிந்து கொண்ட படியே' நம் ஒவ்வொருவரையும் தெரிந்து கொள்கிறார்.

ஜென்ஸிக்கு மூன்று வயதில் ஒரு பெண் குழந்தை இருந்தாள். அடுத்து ஜென்ஸி கருவுற்றாள். ஜென்ஸி தொண்டு நிறுவனத்தில் பணி செய்து வந்தாள். வளர்ப்பதற்கு கஷ்டம் என்று நினைத்து மருத்துவரிடம் கருவை கலைப்பதற்காக மூன்று முறை சென்றாள், மூன்று முறையும் மருத்துவரை பார்க்க இயலவில்லை. இந்நிலையில் ஒரு மாத பயிற்சி ஒன்றிற்கு ஜென்ஸி பணி நிமித்தமாக செல்ல

வெற்றியும் வாழ்வும்

வேண்டியதாயிற்று. எனவே கருவை அவளால் கலைக்க முடியவில்லை.

இரண்டாவதாக ஜான் பிறந்தான். அவன் வாசிக்க பழகியவுடன் வேதம் வாசித்தான். மிகச் சிறிய வயதிலே ஆண்டவரை ஏற்றுக் கொண்டது மட்டுமின்றி ஆண்டவரின் வார்த்தையை தெளிவாக புரிந்து பிறருக்கு கூறும் அளவு ஞானம் பெற்றிருந்தான். ஒருநாள் வேதகாமம் வாசித்து விட்டு தன் தாயிடம் 'உலகத் தோற்றத்திற்கு முன்னரே என்னை தேவன் தெரிந்து கொண்டார்' என்று கூறினான். இதை கேட்ட ஜென்ஸி இப்படிப்பட்ட நல்ல பிள்ளையை அழிக்க நினைத்தோமே என்று வேதனைப்பட்டாள். அவனைக் குறித்து தேவன் பெரிய திட்டம் வைத்திருந்தார்.

பின் நாட்களில் பெற்றோரை நேசிப்பவனாக இரக்கமுள்ளவனாக, மிகுந்த நற்குணங்கள் நிறைந்த, மாய்மாலமற்ற தூய வாழ்வு வாழ்பவனாக, பல திறமைகள் உள்ளவனாக பலருக்கு ஆசீர்வாதமான நபராக திகழ்ந்தான். பின் ஜென்ஸி மாதப் பத்திரிக்கை ஒன்றினை வாசித்தாள். அதில் மரியாள் இயேசுவை அழித்திருந்தால் நமக்கு இட்சிப்பு உண்டாக வழியே இருந்திருக்காது என்று எழுதப்பட்டிருந்தது. '**கர்ப்பத்தின் கனி கர்த்தரால் வரும் சுதந்திரம்**, தேவன் தரும் பிள்ளைகளை தேவனுக்காக, பெற்றோர் முன்மாதிரியாக இருந்து வளர்ப்பது தேவனுக்கு உகந்த காரியமாகும்.

வெற்றியும் வாழ்வும்

ஐந்து நிமிடம் அறிவை பயன்படுத்தியிருந்தால் பெரிய கஷ்டத்தை தவிர்த்திருக்கலாம்

2 தீமோத் 2:22ன் படி பாலியத்திற்குரிய இச்சைகளுக்கு விலகி ஓட வேண்டும்.

ஷீலா தன் பெற்றோருக்கு கடைசி மகள், மிகவும் அழகானவள், அன்பானவள், பலவித திறமைகள் உள்ளவள். அவள் அரசு பணியில் ஆசிரியையாகப் பணி செய்து வந்தாள்.

தன் தோழி ஒருவரின் வீட்டிற்கு அடிக்கடிச் சென்று வருவாள், அங்கு அடிக்கடிச் சென்றதால் அந்த தோழியின் திருமணமான மாமா ஒருவரின் தொடர்பு ஷீலாவுக்கு ஏற்பட்டது.

சற்றும் ஷீலா யோசிக்கவில்லை. தான் ஒரு விசுவாசி அசுவாசியான, திருமணமான ஒருவரை திருமணம் செய்யலாமா? என்று ஒரு 5 நிமிடம் யோசித்து தீர்மானித்திருந்தால், பின் விளைவுகளை முற்றிலும்

வெற்றியும் வாழ்வும்

தவிர்த்திருக்கலாம். ஷீலா உடனே முடிவெடுத்து திருமணம் செய்துவிட்டாள். இதனால் இவளது பெற்றோர்கள் இறுதி வரை வேதனைப்பட்டுக் கொண்டே இருந்தனர்.

ஷீலாவுக்கும் கடைசி வரை நிம்மதியில்லாத வாழ்வு. அருமையான வாலிப தங்கை, தம்பிமாரே, திருமணத்திற்கு முன்பு, நேரம் எடுத்து, தேவ சித்தம் அறிந்து தேவனுக்குப் பயந்த விசுவாசியை தேர்ந்தெடுத்து திருமணம் செய்யுங்கள். அப்போது நம் மூலம் தேவன் வைத்திருக்கும் தேவ சித்தம் நிறைவேறும். வாழ்க்கைத் துணையை தேர்ந்தெடுக்கும் போது தேவ சித்தப்படி தேர்ந்தெடுத்தால் பின்நாட்களில் கவலையற்று இருக்கலாம்.

◆ ◆ ◆

வெற்றியும் வாழ்வும்

வாய் . . . . வாய் . . . .

வாய்

வாயின் வார்த்தைகளே வளமான வாழ்வுக்கும் அழிவான வாழ்வுக்கும் கருவியாக இருக்கிறது. ஆயிரம் வார்த்தை வெல்லும். ஆனால் ஒரு வார்த்தை கொல்லும். இவ்வார்த்தையை உதிர்ப்பது வாய். வாய்க்கு காவல் வைத்தால் வாழ்வாய், இல்லையெனில் உன்னை நீயே கொல்வாய்.

பிரசங்கி 5:6ல் 'உன் மாம்சத்தைப் பாவத்துக்குள்ளாக்க உன் வாய்க்கு இடம் கொடாதே. அது உன் புத்தி பிசகினால் செய்தது என்று தூதனுக்கு முன் சொல்லாதே. தேவன் உன் வார்த்தைகளினால் கோபம் கொண்டு, உன் கைகளின் கிரியையை அழிப்பானேன். ஆகையால் தேவனுக்குப் பயந்திடு. வாய்க்கு காவல் வை.

ஷர்மிளா தன் கணவர் ஓய்வு பெற்ற பின் கணவர் திட்டமிடாமல் சேமிப்பு எதுவும் இல்லாததினால் மகள் திருமண சமயம் பணக்கஷ்டம் ஏற்பட்டது பின் கடன் இருந்தது. எனவே ஷர்மிளா அதுகுறித்து

வெற்றியும் வாழ்வும்

அடிக்கடி கணவரிடம் திட்டிக் கொண்டே இருந்தாள். ஒருநாள் மேற்குறிப்பிட்ட வசனம் மூலம் தேவன் ஷர்மிளாவுடன் பேசினார். அதன்பின் ஷர்மிளா திட்டுவதில்லை. கர்த்தர் அவர்கள் பிள்ளைகளுக்கு நல்ல பணியினை கொடுத்தார்.

ஷர்மிளா தனக்கு தேவன் தந்த பிள்ளைகளை, கணவரை விலையுயர்ந்தவர்களாக பார்க்கத் துவங்கினாள்.

இதனை வாசிக்கும் அருமையானவர்களே புத்தியுள்ள ஸ்திரியாக ஆரம்பம் முதலே வாழுங்கள். தேவன் தந்த நல்ல உள்ளங்களை மதிப்பு மிக்கவர்களாக நினைத்து அன்புடன் நடத்துங்கள். ஸ்திரியானவளின் ஊக்கமான, அன்பான வார்த்தைகள், உற்சாகமான நேர்மறையான வார்த்தைகள், பிள்ளைகளை ஊக்கப்படுத்தும். கணவர் மற்றும் மற்றும் பிள்ளைகளின் ஆயுசு நாட்களும் அதனால் அதிகரிக்கும்.

◆ ◆ ◆

வெற்றியும் வாழ்வும்

ஞானமுள்ள மகன்

ஞானம் புகழ் விளங்கப்பண்ணும். ஞானமே, நன்மையானது மணலை விடுத்து கற்பாறையில் வீடு கட்ட ஞானத்துக்கு தெரியும்.

அந்த ஞானமுள்ள மகனைக் குறித்து நீதி 23:24ல் 'ஞானமுள்ள பிள்ளையைப் பெற்றவன் அவனால் மகிழுவான்' என்று ஞானத்திற்கு உயர் ஞானத்தைக் கொடுக்கிறது வேதாகமம்.

பிரேம் மிகச் சிறுவயதிலேயே, ஆண்டவரோடு பேசும் பழக்கமுடையவன். அவன் 11ம் வகுப்பு படிக்கும் போது அவனது அம்மாவிற்கு உடலில் முகம் தவிர மற்ற பகுதிகளில் சிறு சிறு வேர்க்குரு போல் சிவப்பாக வரும் பின் கரும் புள்ளிகளாக மாறிவிடும். மருத்துவரிடம் பல தடவை மருத்துவம் செய்தும் குணமாகவில்லை. பிரேமின் அம்மாவிற்கு திடிரென ஒரு பயம் வந்தது. ஏனெனில் அம்மாவின் மாணவி ஒருவருக்கு இப்படியே இருந்தது இறுதியில் தோல் கேன்சர் என்று இறந்துவிட்டாள். பிரேமின் அம்மாவின் அருகிலிருந்து அவள் தினமும் படிப்பாள். எனவே அவர்கள் பயந்தார்கள்.

வெற்றியும் வாழ்வும்

ஒருநாள் மாலையில் பிரேம் மிகுந்த பாரத்துடன் தன் அம்மாவின் தோள் மீது கை வைத்தவனாய் மிகுந்த உருக்கமாக ஜெபித்தான். அந்த தோல் வியாதி மறைந்தே விட்டது. ஞானமுள்ள மகன் தன் தாய்க்காக தேவனைத்தேடினான்.

பிரேம் தூய உள்ளமும், மிகுந்த இரக்கமும் உள்ள பையன். அவனது விசுவாசமுள்ள ஜெபம் அவன் அம்மாவிற்கு சுகத்தை தந்தது.

விசுவாசமுள்ள ஜெபம் பிணியாளியை இரட்சிக்கும். யாக் 5:15

❖ ❖ ❖

வெற்றியும் வாழ்வும்

பிறரை நியாயம் தீர்க்க நமக்கு உரிமை இல்லை

ஒரு விரல் நீட்டி மற்றவரைக் குற்றம் சாட்டி நியாயம் தீர்த்தால், மற்ற நான்கு விரல்களும் நம்மை நோக்கி குற்றம்சாட்டி நியாயம் கற்பிக்கும் என்பதை அறிந்திருந்தும் பலர் அறியாயாதது போல் பிறரை நியாயம் தீர்க்க பாய்கிறார்கள்.

லூக் 6:37இல் மற்றவர்களைக் குற்றவாளிகளென்று தீர்க்காதிருங்கள். அப்பொழுது நீங்களும், ஆக்கினைக்குள்ளாக தீர்க்கப்படாதிருப்பீர்கள்.

கிளாடிஸ் ஒரு சமூகப் பணி செய்து வந்தாள். கர்த்தருக்காக மிக வைராக்கியமாக செய்ய வேண்டும் என்று தீர்மானித்திருந்தாள். பொதுவாக கிறிஸ்துவுக்குள் அதிகமாக பரிசுத்தமாக வாழ தீர்மானித்த நபர்களை சாத்தான் குறி வைப்பது வழக்கம். அவ்விதமாக அதற்கு முன் வரை கிளாடிஸ் யாரையுமே குறைத்து பேசமாட்டாள். தன் கையில் கிடைத்த ஒவ்வொரு பணியினையும் தேவன் தந்த வாய்ப்பாக நினைத்து செய்து வந்தாள்.

வெற்றியும் வாழ்வும்

ஒரு சமயம் ஒரு சிலரை நியாயம் தீர்த்துப் பேசினாள். இவர்கள் இப்படி தவறு செய்த படியினால் இவர்களுக்கு இந்த நிலை இப்போது ஏற்பட்டிருப்பதாகக் கூறினாள். ரவி என்ற தம்பி மூலம் இப்படி நியாயம் தீர்த்துப் பேசுவது தவறு என்று எச்சரிக்கப்பட்டார்;. அதன் பின் அப்படி அவள் செய்யவில்லை.

தேவன் ஒருவர் தான் யாவரையும் நேசிக்கிறார், மன்னிக்கிறார். எப்படிப்பட்ட பாவியையும் நேசித்து மன்னிக்கும் தேவன் நம்மையும் மன்னித்திருக்கிறார். நாம் நிர்மூலமாகாதிருப்பது தேவ கிருபையே இப்படி இருக்கும் போது பிறரை நியாயம் தீர்க்க நாம் யார்? அனைவரிடமும் உள்ள நல்ல பண்புகளை மட்டுமே பார்க்க வேண்டும்.

◆ ◆ ◆

வெற்றியும் வாழ்வும்

மரணமும், ஜீவனும் நாவின் அதிகாரத்திலும் உள்ளது

மனம் போல் வாழ்வு என்பார்கள். மனம் நினைப்பதே வாழ்வில் சம்பவிக்கும் என்பார்கள். மனதில் நேர்மறையான எண்ணங்கள் இருக்குமானால் வாழ்வின் எண்ணங்கள் மகிழ்வின் எண்ணங்களாகும். எதிர்மறையாக இருக்குமானால் துயரச் சூழலால் வாழ்வு சூனியமாக்கப்படும்.

எனவே தான் நீதி 18:21 ல் 'மரணமும், ஜீவனுமும், நாவின் அதிகாரத்திலிருக்கும். அதில் பிரியப்படுகிறவர்கள், அதின் கனியைப் புசிப்பார்கள்

ரீட்டாவின் கணவர் பிரதிபலன் எதிர்பார்க்காமல், பலருக்கும் உதவி செய்யக் கூடியவர். இதனால் வீட்டில் இருப்பதே இல்லை. ஒருநாள் ரீட்டா கோபத்தில் உங்களை வெகு தொலைவில் உள்ள ஒரு ஊருக்கு மாற்றிவிட்டால் தான் நல்லது என்று கூறிவிட்டார். அவள் கூறியபடியே 65 கி.மீ. தள்ளி

வெற்றியும் வாழ்வும்

உள்ள ஒரு ஊருக்கு அவள் கணவரை மாற்றிவிட்டார்கள்.

அதன் பின் தன் குழந்தைகளை பள்ளிக்கு அனுப்புவது, தானும் பணிக்குச் செல்வது உட்பட யாவற்றிற்கும் மிகவும் சிரமப்பட வேண்டியதிருந்தது. அருமையானவர்களே வாயினால் கூறும் வார்த்தைகள் அப்படியே பலித்துவிடும். கணவர், குழந்தைகளை மற்றும் அருமையானவர்களை ஆசீர்வதித்து மட்டுமே பேசுங்கள், சாபமான வார்த்தைகளை கோபத்தில் கூட பேசி விட வேண்டாம்.

◆ ◆ ◆

வெற்றியும் வாழ்வும்

தனக்குத் தானே சாபமிடுதல்

கோபத்தில் கொந்தளித்து பல சாபமான வார்த்தைகளை கொப்பளித்து தனக்கு தானே சாபமிட்டு கொள்ளும் குணமுடையோர் இவ்வுலகில் பலர் உளர்.

> ஏசா 65:16இல் 'பூமியிலே தன்னை ஆசீர்வதிக்கிறவன் சத்திய தேவனுக்குள் தன்னை ஆசீர்வதிப்பான் என்று ஒவ்வொருவரும் தனக்குத் தானே ஆசீர்வதித்துக் கொள்ள தேவசித்தம் பெற்றவராகிறார்கள்.

செல்வியின் கணவர் மோசஸ் தன் உடன் பிறப்புக்கள், பெற்றோர் மீது மிகுந்த பற்றுதல் உள்ளவர். திருமணத்திற்கு பின் 7 வருடமும் தன் தங்கை திருமணக்கடன், தம்பி கல்வி, தம்பியின் திருமணச் செலவு, பெற்றோரின் ஆப்ரேசன் செலவு போன்றவைகளை பிரதிபலன் எதிர்பாராது அன்புடன் செய்தார்.

வெற்றியும் வாழ்வும்

மோசஸ் தனது மனைவி செல்வியிடம் என் உடன்பிறப்புகள் பெற்றோர் தான் எனக்கு முதலாவது, அதன் பின்னரே நமது தேவை என்று திருமண நாள் துவக்கம், அடிக்கடி கூறுவார். செல்வி சூதுவாதற்ற கபடமில்லாதவள். எனவே கணவரின் வருமானத்தைக் குறித்து கேட்பதே இல்லை.

செல்வியின் கணவர் ஓய்வு பெற்ற பின்னரும் கடன் இருந்தது. வருமானம் குறித்து செல்விக்கு எதுவுமே தெரியாது. செல்விக்கு 59 வயதான பிறகே தான் இப்படி குடும்ப வருமானத்தை கவனிக்காமலேயே இருந்து விட்டோமே. பிள்ளைகளுக்கென்று எதுவுமே சேமிக்கவில்லையே, மகள் திருமண கடன் வேறு, 4 ஆண்டுகள் ஆகியும் முடியவில்லையே, இன்னும் தொடர் கடன் உள்ளதே என்று வருந்தினாள். ஒருநாள் கணவரிடம் இது குறித்து விவாதிக்கும் போது கணவர் நான் செய்தது நியாயம் தான் என்றே கூறினார். ஒருநாள் போகும் இடத்தை மனைவியிடம் கூறாமலே சென்று விட்டார். கோபத்தில் செல்வி தனக்கு தானே சாபமிட்டுக் கொண்டாள். இனி கணவர் மோசஸ் உடன் எங்கும் செல்வதில்லை என்று கூறிக் கொண்டாள். அவள் கூறிய படி அவளுக்கு ஒரு ஆப்பரேஷன் ஆனது கணவர் போகும் ஊர்களுக்கு அவளால் செல்ல முடியவில்லை.

எனவே ஆண்டவரிடம் முறையிட்டாள் ஆண்டவரே எனக்கு நானே சாபமிட்டதை மன்னியும் என்று கூறி தன்னைத் தான் ஆசீர்வதித்து ஜெபித்தாள். நமக்கு நாமே சாபமிடக்கூடாது. சாபமான சூழலையும் விசுவாச வார்த்தைகளால் ஆசீர்வாதமாக்கிக் கொள்ளலாம்.◆◆◆

வெற்றியும் வாழ்வும்

மனக்கசப்பு,

மன்னியாமை

ஒரு துளி கசப்பான மருந்து ஒருகுடம் தண்ணீரையும் கசப்பாக்கிக் கொள்ளும் திறனுடையது. அது போல் நாமும் பிறரின் தவறுகளை குற்றங்களை மன்னிக்காமல் மனதளவில் கசப்பாக்கிக் கொள்வோமானால் மன ரம்யத்தைத் தர வேண்டிய மனதின் எண்ணங்கள் கசப்பு உணர்வாய் நிறைந்து விடும்.

எவர்களுடைய
பாவங்களை
மன்னிக்கிறீர்களோ?
அவைகள்   அவர்களுக்கு
மன்னிக்கப்படும்.
எவர்களுடைய
பாவங்களை

வெற்றியும் வாழ்வும்

மன்னியாதிருக்கிறீர்களோ?
அவைகள் அவர்களுக்கு
மன்னிக்கப்படாதிருக்கும்.
யோவா 20:23,

சுதா ஒரு தனியார் தொண்டு நிறுவனத்தில் பணி செய்து வந்தாள். புனிதா என்ற ஒரு பெண்ணை தன் நிறுவனத்தில் பணியாற்ற விரும்பி, தனது மேலாளரிடம் சிபாரிசு செய்தாள். சுதாவின் மேலாளரும், சுதா மீது நல்ல எண்ணம் வைத்திருந்த படியினால் சரி என்று கூறினார். புனிதாவும் சுதா நிறுவனத்தில் பணியில் சேர்ந்தாள்.

பணியில் சேர்ந்து ஒரு வாரத்திற்குள் புனிதாவிற்கு சுதா மீது பொறமை எற்பட்டது. சுதா பல வருடமாக பணியாற்றி நன்மதிப்பு பெற்றிருந்தாள். புதியதாக வந்த புனிதாவிற்கு அதனை ஏற்றுக் கொள்ள முடியவில்லை. சுதாவிடம் பேசுவதையே நிறுத்திவிட்டாள். சுதாவின் மேலாளரும் மாறிவிட்டார்.

புதிய மேலாளர், சுதாவை வெறுக்க புனிதா காரணமானாள். பணியில் ஏற்பட்ட நெருக்கம் காரணமாக சுதா வேறு பணியில் வேறு ஒரு நிறுவனத்தில் சேர்ந்துவிட்டாள். சுதாவினால் புனிதாவை மன்னிக்கவே இயலவில்லை.

வெற்றியும் வாழ்வும்

ஆண்டவரிடம் முறையிட்டாள். எனது மனக் கசப்பை மாற்றி மன்னிக்க பெலன் தாரும் என்று ஜெபித்து வந்தாள். ஒருநாள் முழுமையாக மன்னித்துவிட்டாள். சுதா, புனிதாவை மன்னித்த பின்னர் புனிதாவிற்கு திருமணம் ஒழுங்கானது. சுதாவின் கணவருக்கும் பணியில் பணி உயர்வு கிடைத்தது.

எபேசி 4:26. சூரியன் மறைவதற்கு முன்னர் நமது எரிச்சல் தணிந்து விட வேண்டும்.

◆ ◆ ◆

தேவ திட்டம் நமக்கு உண்டு

ஒவ்வொரு தேவ பிள்ளையைக் குறித்தும் சிறப்பான ஒரு தேவ திட்டம் உண்டு.

உலகில் வாழும் நம் ஒவ்வொருவரையும் குறித்து தேவன் ஒரு திட்டம் வைத்துள்ளார். தேவசித்தம் நம் வாழ்வில் நிறைவேற வேண்டும். அந்த தேவ சித்தம் எது என்பதனை நாம் கண்டு கொள்ள வேண்டும். அதனை நிறைவேற்றிட வேண்டும்.

நல்லது உத்தமும், உண்மையயும் உள்ள ஊழியக்காரனே, கொஞ்சத்திலே உண்மையாய் இருந்தாய். மத் 25:23

தேவன் நம் ஒவ்வொருவரையும், ஒரு சிறப்பான நோக்கத்திற்காய், படைத்துள்ளார். அதனை நாம் மிக விரைவில் தெரிந்து கொண்டால், நம் வாழ்வில் தேவன் வைத்துள்ள தேவ திட்டம் நம் மூலம் நிறைவேற்றப்படும்.

மிக நல்ல பெற்றோருக்கு மகளாக ஷெரின் பிறந்தாள். தேவன் ஷெரினுக்கு வைத்துள்ள தேவ திட்டத்தினை

வெற்றியும் வாழ்வும்

மிக மிக தாமதமாகவே தெரிந்து கொண்டாள். அதன்பின் அதை நிறைவேற்றினாள்.

இதை வாசிக்கும் அருமையானவர்களே, உங்களது வாழ்வில் தேவன் வைத்துள்ள திட்டத்தினை இதுவரை அறியாமல் இருப்பின், தேவ சமூகத்தில் அமர்ந்திருந்து தெரிந்து கொள்ளுங்கள், தேவன் உங்களுக்கு கொடுத்துள்ள தாலந்து, திறமைகளையும் அறிந்து கொள்ளுங்கள். ஒரே ஒரு வாழ்க்கை வெகு சீக்கிரம் முடிந்துவிடும். கிறிஸ்துவுக்காய் செய்வது ஒன்று மட்டுமே நிலைத்திருக்கும். நம்மை மீட்க தன்னையே கொடுத்த நம் தேவனுக்காக நமது கல்வி, திறமை, தாலந்தை கொடுப்போம். திட்டமாக தேவன் நம்மை பயன்படுத்துவார். ஒரு கூட்ட மக்கள் அவரண்டை வர நாம் நம்மை அர்ப்பணிப்போம்.

◆ ◆ ◆

வெற்றியும் வாழ்வும்

பணிக்கு தேவையான தேவ கிருபை

தேவன் ஒருவருக்கு ஒரு பணியை கொடுக்கும் போது அதற்கேற்ற திறமையையும் சேர்த்தே கொடுக்கிறார். நமக்குள் இருக்கும் ஒவ்வொரு திறமையும், தாலந்துகளும் தேவனால் தரப்பட்ட கிருபைகளே.

பிரசங்கி 9:10 செய்யும்படி உன் கைக்கு நேரிடுகிறது எதுவோ, அதை உன் முழு பெலத்தோடே செய்.

தேவன் ஒவ்வொருவருக்கும், வித்தியாசமான திறமைகள், வித்தியாசமான நுண்ணறிவு, நட்சத்திரத்திற்கு நட்சத்திரம் மகிமையில் வேறுபட்டிருப்பது போல மனிதர்களின் அறிவும் பணியும் வேறுபட்டு காணப்படும். சிலருக்கு, ஆசிரியர் பணி, சிலருக்கு பொறியாளர் பணி, வேறு சிலருக்கு ஊழியம், சிலருக்கு சமூகப்பணி மற்றும் தாலந்துகளும் வேறுபட்டவையே. சிலருக்கு, பாடல் தாலந்து, சிலருக்கு உதவி செய்யும் திறமை, சிலருக்கு, ஆலோசனை கொடுக்கும் திறமை மற்றும் சிலருக்கு

வெற்றியும் வாழ்வும்

பல்வேறு தாலந்துகளும் ஒரே நபருக்குள் இருக்கும். அப்படிப்பட்டவர்கள், சிறப்பு இயல்பு உள்ள சீரிய ஆளுமை திறனுடையவர்கள்.

ரீனாவுக்கு அவர் கல்வித் தகுதிக்கேற்ற கல்லூரி பேராசிரியர் பணி கிடைத்தது. பல மாதங்களாக பயத்துடன் பணி செய்தார். பின்னர் தனது பணிக்கு தேவையான திறமை, கிருபையை தேவன் கொடுத்திருப்பதை அறிந்து செயல்பட ஆரம்பித்தார். பயத்துடன் எந்த ஒரு பணியினை செய்தாலும் அதனை திறம்பட செய்ய முடியாது. திறமைகளை தொடர்ந்து வளர்த்துக் கொள்ள வேண்டும். 'என்னை பெலப்படுத்துகிற கிறிஸ்துவினாலே எல்லாவற்றையும் செய்ய முடியும்' என்று நம்ப வேண்டும். நம் மூலம் நம் பணி மூலம் வரும் எல்லா மகிமையையும் தேவனுக்கே கொடுத்துவிட வேண்டும்.

❖ ❖ ❖

வெற்றியும் வாழ்வும்

கர்ஜிக்கும் சிங்கமான சாத்தானின் செயல்கள்

தேவ பிள்ளைகளில் வாழ்வில் சில சமயம் சாத்தான். எதிர்பாராத சமயம் இன்னல்களை கொண்டு வருவான். நாம் அதற்கு பயப்பட வேண்டாம். பிசாசின் கிரியைகளை அழிக்கும் படியாக வந்த கிறிஸ்து நமக்குள் இருக்கிறார். தேவன் அனுமதித்தால் மட்டுமே சில சாத்தானின் காரியங்கள் சில வேளைகளில் ஏற்படும்.

1 பேதுரு 5:8 'உங்கள் எதிராளியாகிய பிசாசானவன் கர்ஜிக்கிற சிங்கம், போல எவனை விழுங்கலாமோ என்று வகை தேடி சுற்றித் திரிகிறான்.

மலர் தனது 54வது வயதில் ஆண்டவருக்காக தன்னால் முடிந்த வரையில் தனக்கு கிடைத்த வாய்ப்பினை பயன்படுத்தி, அக்கம் பக்கத்திலுள்ள, சபைகளுக்கும் மற்றும் வீட்டு ஜெபக் கூட்டங்களுக்கும் பிரசங்கித்து வந்தாள்.

ஒருநாள் வீட்டின் பின்பக்கம் படிக்கட்டில் மீன் துண்டு விழுந்து விட்டது. அதை எடுத்துவிட்டு ஏறும் போது கால் வழுக்கி, காலிலுள்ள ஒரு விரல் ஒடிந்து

வெற்றியும் வாழ்வும்

விட்டது. சில நாட்களாக மலரால் எங்கும் பிரசங்கிக்க செல்ல முடியவில்லை.

ஒரு தீர்க்கத்தரிசியான ஒரு அம்மா மலருக்கு ஜெபித்து கூறியது யாதெனில் ஓடி ஓடி ஆண்டவருக்காக சுவிசேஷத்தை அறிவிப்பது சாத்தானுக்கு பிடிக்கவில்லை எனவே இப்படி காலில் பிரச்சினை என்று கூறினார்கள்.

அதன்பின் தினமும் மலர் மிக அதிகாலை எழும்பி நன்கு ஜெபித்து விட்டு தனது சுவிசேஷப் பணியினை செய்தாள். லூக் 10:19. சத்துருவின் சகல வல்லமையையும் மேற்கொள்ள அவர் நமக்கு அதிகாரம் தந்துள்ளார்.

அருமையான தேவ பிள்ளைகளே, தினமும் உங்களையும், உங்களுக்கு அருமையானவர்களையும், அதிகாலையிலே ஆண்டவரின் சந்நிதியில் ஒப்படைத்து ஜெபித்து விடுங்கள், சாத்தான் நமது மற்றும் நமக்கன்பானவர்களின், சுகம், உடல், உடைமைகள், மனது யாவற்றையும் தாக்காதபடி ஜெபித்து கிறிஸ்துவின் இரத்தக் கோட்டைக்கும், ஒப்படைத்து ஜெபித்து விடுங்கள் எந்த தீமையும் அணுகாதபடி, அவர் தமது செட்டையின் மறைவில் தூதர்கள் காவலோடு காக்கும்படி வேண்டிக் கொள்ளுங்கள். சாத்தான் ஒன்றும் செய்யவே முடியாது.

வெற்றியும் வாழ்வும்

கலக்கமும், குழப்பமும்

ஒவ்வொரு மனிதனின் வெற்றிக்கும் தடைக்கற்களாய் இருப்பது கலக்கமும் குழப்பமே காரணமாகிறது. இத்தடை கற்களை உடைத் தெரிந்தால் வெற்றிக்கான விடை கிடைக்கும்.

2தீமோ. 1:7, தேவன் நமக்கு பயமுள்ள ஆவியைக் கொடாமல், பலமும், அன்பும், தெளிந்த புத்தியுமுள்ள ஆவியையே கொடுத்திருக்கிறார்.

கலா கடவுளுக்கு பயந்தவள், நன்கு ஜெபிக்கிறவள், ஆயினும் எப்போதுமே, மனிதர்களுக்கும், சிறிய, பெரிய பிரச்சினை எதுவாக இருப்பினும் கலங்கி தத்தளிக்கிறவளாக சில வருடமாகவே இருந்தாள். தான் கலங்குபவளாக, மட்டுமல்ல, தன் குடும்ப அங்கத்தினர் யாவரையுமே, கலங்க வைத்து விடுகிறவளாக இருந்தாள். தன்னை கலங்கடிக்கும் இந்த காரியம், சாத்தானின் கலங்கடிக்கும் ஒரு சதி என்பதனை இனம் கண்டு கொண்டாள். அதற்காக ஊக்கமாக ஜெபித்தாள். எப்போதெல்லாம், கலக்கம் உண்டாகிறதோ? அந்த சமயம் மிக அதிகமாக

வெற்றியும் வாழ்வும்

ஜெபித்து வந்தாள். உடனே கலக்கத்தை உண்டாக்கும் சத்துருவை கடிந்து ஜெபிக்க பழகினாள். குழப்பத்திற்கு தேவன் காரணர் அல்ல.

தேவன் நமக்கு பயமுள்ள ஆவியை தரவில்லை பலமுள்ள, தைரியமுள்ள, தெளிந்த மனதுடைய ஆவியை தந்துள்ளார். எனவே கலாவைப் போல குழம்பிய கலங்கிய மனமுடையவர்களாக நீங்கள் இருந்தால் இன்று தெரிந்து கொள்ளுங்கள். தொடர்ந்து கலங்கடிப்பது தேவன் அல்லவே அல்ல. இது பிசாசின் தந்திரமே. உடனே அதனை அப்புறப்படுத்தி ஜெபித்து தேவன் நம்முடன் இருக்கிறார் என்று தைரியமாக முன்னேறுங்கள். நம் விசுவாச பயணத்தில் உலகத்தின் முடிவு மட்டும் நம்முடனே கூடவே அவர் வருகிறார். அவர் நம்முடன் இருக்கும் போது கலங்க வேண்டிய அவசியம் இல்லை.

வெற்றியும் வாழ்வும்

தேவனாலே வருகிற மகிமை

மனிதனின் புகழை நாடுவது தேவனுக்கு பிரியமற்றது. தேவன் நாம் செய்யும் நற்காரியங்களை பிற மனிதன் பாராட்டுவதை நம் காதுகள் கேட்கும், அதுவே தேவ மகிமையாகும்.

தேவனாலேமாத்திரம் வருகிற மகிமையைத் தேடாமல், ஒருவராலொருவர் மகிமையை ஏற்றுக்கொள்ளுகிற நீங்கள் எப்படி விசுவாசிப்பீர்கள்?

யோவான் 5:44

ஜான்ஸி தேவனிடம் தனக்கு, ஊழியம் போல் ஒரு பணி வேண்டுமென்று முறையிட்டாள். ஒரு குடும்ப ஆலோசனை நிலையத்தில், குடும்ப நல ஆலோசகர் பணி ஜான்ஸி செய்து வந்தாள். ஜான்ஸியின் உறவினர் ஒருவரான மரகதம் என்ற விதவையானவள், ஜான்ஸி தனக்கு செய்த உதவிகளை, ஜான்ஸியின் உறவினர் ஒருவரிடம் கூறியிருக்கிறார். அந்த நபர் அதனை ஜான்ஸியிடம் கூறினார். அவ்விதமே, ஜான்ஸியின்

வெற்றியும் வாழ்வும்

கணவர் ஸ்டாலின் மூலம் கர்த்தருக்குள் மனம் திரும்பிய மாணவியரை குறித்த சாட்சியினை ஒரு ஊழியர் ஒரு மாணவர் முகாமில் கூறியதை சில ஆசிரியைகள் ஜான்ஸியிடம் கூறினார்.

இப்படி சிலர் மூலம் தேவன் தமது பிள்ளைகளை மகிமைப்படுத்துவார். இதுவே தேவனால் வருகிற மகிமையாகும். ஊழியம் செய்யும் நமக்கு பெருமை வந்துவிடக் கூடாது. தற்புகழ்ச்சிகளுக்கும், பெருமைக்கும், இடமளித்து விடக் கூடாது. நம்மை நாமே பிரபலப்படுத்தும் போது பிசாசு உட்புகுந்து விடுவான். தேவனை மட்டுமே மகிமைப்படுத்த வேண்டும். நமக்கு வரும் மகிமையை நாம் தேவனுக்கு கொடுத்துவிட வேண்டும். தேவன் நமது குறைகளை பிறருக்கு ஒருநாளும் தெரிவிக்கவே மாட்டார். நம்மை கடிந்து கொள்வார். சில சமயம் சிட்சித்தும் நம்மை திருத்துவார். ஆனால் பிறர் நம்மை குற்றப்படுத்தவிடவே மாட்டார். தேவ மகிமையை நாம் ஒருநாளும் நமக்கு எடுத்துக் கொள்ள வேண்டாம். நம்மை தேவன் மகிமைப்படுத்துவார். என்னையல்லாமல் உங்களால் ஒன்றுமே செய்ய இயலாது என்று ஆண்டவர் கூறியுள்ளார். அவராலேயன்றி, நம்மால் எந்த ஒரு காரியமும் சாத்தியமே இல்லை என்பதனை அறிந்து கொள்ள வேண்டும். எந்த ஒரு பணியானாலும் ஊழியமானாலும், ஆசிரிய பணியானாலும், மருத்துவப் பணியாக இருப்பினும், வீட்டுப் பணியாக இருப்பினும், விளையச் செய்கிறவர் தேவனே. நானே சம்பாதித்தேன் நானே உருவாக்கினேன் என்று சொல்வதற்கு நமக்கு எதுவுமே இல்லை. ஏனெனில் நாம் அவர் கரத்தில் கிரியைகள். அவரது இரக்கம்,

வெற்றியும் வாழ்வும்

தயவு கிருபையினால் அவர் தந்த தாலந்தை பயன்படுத்துகிறோம். நாம் நிர்மூலமாகாதிருப்பது அவரது சுத்த கிருபையே ஆகும்.

பிரசங்கிக்கிற பலருக்கு பெருமை வருவது இயல்பு. நம் மூலம் வரும் மகிமையை அவருக்கே தினமும் கொடுத்துவிட வேண்டும். பெருமை உள்ளவர்களுக்கு தேவன் எதிர்த்து நிற்கிறார். 1 கொரி 9:16, சுவிசேஷத்தை நான் பிரசங்கித்தும் மேன்மை பாராட்ட எனக்கு இடமில்லை, அது என் மேல் விழுந்த கடமை என்கிறார் பவுல்.

சாத்தான் நம்மை புகழைத் தேட வைக்க முயற்சிப்பான். பாபிலோனின் பெருமை ஆவியை ஒருபோதும் நமக்குள் அனுமதித்து விடக்கூடாது.

" மனுஷனே, நன்மை இன்னதென்று அவர் உனக்கு அறிவித்திருக்கிறார். நியாயம் செய்து, இரக்கத்தை சிநேகித்து, உன் தேவனுக்கு முன்பான மனத் தாழ்மையாய் நடப்பதை அல்லாமல் வேறே என்னத்தை கர்த்தர் உன்னிடத்தில் கேட்கிறார்". மீகா: 6:8

❖ ❖ ❖

வெற்றியும் வாழ்வும்

இனி நான் அல்ல நீரே

முற்றிலும் ஆண்டவருக்கு அர்ப்பணித்து பாவம் மேற்கொள்ளாமல் வாழ பிரயாசப்படும் போது முற்றிலும் பரிசுத்த ஆவியானவரே நமக்குள் இருந்து நமக்கு உதவி செய்கிறார்.

'இனி நானல்ல கிறிஸ்துவே எனக்குள் இருக்கிறார் கலாத்தியர் 2:20

ராணி என்பவரை செல்வின் என்பவர் திருமணம் செய்ய நினைத்திருந்தார். ஆனால் செல்வினுக்கு அவன் பெற்றோர் வேறு பெண் பார்த்து திருமணம் முடிந்துவிட்டது.

பின்னர் ராணிக்கும் அரசு பணியில் உள்ள ஒரு நபருக்கும் திருமணம் நடந்தது. பல வருடங்களுக்கு பின் ராணியும், செல்வினும் பல சந்தர்ப்பங்களில் சந்திக்க நேர்ந்தது. எனவே ராணிக்கு பழைய தவறான எண்ணங்கள் மனதில் ஓட ஆரம்பித்தது. ஏனெனில் ராணி பணிக்கு செல்லவில்லை. வீட்டில் சோம்பலாக இருந்த காரணத்தினால் அந்தரங்க நினைவில் தவறாக சிந்தித்து மனம் வருந்திக் கொண்டிருந்தார்.

திருமணம் ஆன பின் வேறொரு ஆணை நினைப்பது வேசித்தனமே என்று உணர்த்தப்பட்டு, ஆண்டவரிடம் அறிக்கையிட்டார். தேவ ஒத்தாசையினாலும்,

வெற்றியும் வாழ்வும்

ஆண்டவரின் பெரிய கிருபையாலும் தன் சிந்தனையை சுத்திகரித்துக் கொண்டார். அதன் பின் தூய நினைவுடன் கிறிஸ்துவுக்குள் மகிழ்ச்சியுடன் காணப்பட்டார்.

வேசித்தனத்திற்கு விலகி ஓடுங்கள். 1 கொரி 6:18

❖ ❖ ❖

வெற்றியும் வாழ்வும்

மாய்மாலம் தேவன்
வெறுக்கும் குணமாகும்

ஆவிக்குரிய ஜீவியத்தில் முதல் வகுப்பில் இருக்கும் நபர், Master degree holder போல் நடிப்பது மாய்மாலமாகும். பிறரிடம் அன்பு இருப்பது போல் நடிப்பது மாய்மாலமாகும்.

மத். 23:25, மாயக்காரராகிய வேத பாரகரே, பரிசேயரே போஜன பாத்திரங்களின் வெளிப்புறத்தை சுத்தமாக்குகிறீர்கள். உட்புறத்திலோ அவைகள், கொள்ளையினாலும் அநீதத்தினாலும் நிறைந்திருக்கிறது.

வெளியே விசுவாசியாகவும், அருமையாக ஊழியம் செய்பவராகவும் தெரியலாம். ஆனால் உள்ளே உள்ள குணத்தை, அந்தரங்க பாவங்களை, இச்சைகளை, அன்பற்ற தன்மையை, மாய்மாலமான அன்பினை ஆண்டவர் கவனிக்கிறார். இருதயத்தை கவனிக்கும் ஆண்டவரை விட்டு எங்கும் ஓடிவிட முடியாது.

நன்றாக விசுவாச வாழ்வை ஆரம்பித்த பிரீத்தி மாய்மாலமான கிறிஸ்தவ வாழ்வை தொடர்ந்து கொண்டிருந்தாள். ஒரு ஒலிநாடா மூலம

வெற்றியும் வாழ்வும்

எச்சரிக்கப்பட்டாள். தன் உள்ளே உள்ள அன்பற்ற மாய்மால கிரியைகளை கர்த்தர் வெறுப்பதாக, அது கர்த்தருக்கு நிறைவுள்ளதாக காணப்படவில்லை என்பதனை உணர்ந்து கொண்டாள்.

தன்னைத் தானே ஆண்டவர் சமூகத்தில் அர்ப்பணித்து வாழ்வில் காணப்படும் மாய்மால பகுதிகளை ஒரு மாதம் ஜெபித்து சரி செய்து கொண்டாள். தன்னை கிறிஸ்துவுக்குள் சுத்திகரித்துக் கொண்டு உண்மையான பரிசுத்தத்துடன் அதன்பின் ஊழியத்தைத் தொடர்ந்தாள்.

அடிக்கடி நம்மை நாமே சுயபரிசோதனை செய்து நமது, சிந்தனை, நாம் பிறரை நடத்தும் முறைகள், அந்தரங்க வாழ்வு, வாயின் வார்த்தைகளை சரி செய்து, சீராக தினமும் நடந்து கொண்டு விழிப்புடன் இருக்க வேண்டும். மாய்மாலமற்ற அன்பு நம்மிடம் இருக்க வேண்டும்.

◆ ◆ ◆

வெற்றியும் வாழ்வும்

பெற்ற தாயை மகிழப்பண்ணிய மகள்

தாய், உலகத்தையும், உலக சிருஷ்டிகரையும் மகளுக்கு அறிமுகப்படுத்துகிறார். தாயின் உள்ளம் மகள் செய்யும் நற்கிரியைகளினால் மகிழவடைகிறது. தாயின் உள்ளம் பூரிப்படையச் செய்வது மகள்; செயல் அல்லவோ?

நீதிமானுடைய தகப்பன், மிகவும் களிகூருவான், ஞானமுள்ள பிள்ளையை பெற்றவன். அவனால் மகிழுவான், உன் தகப்பனும் உன் தாயும் சந்தோஷப்படுவார்கள். உன்னை பெற்றவள் மகிழுவாள்.
நீதி 23: 24, 25

ரஞ்சினி என்ற மகள் மிக சிறு வயதிலேயே தேவனுக்கு பெயந்து மிகவும் கிரமமாக வேதம் வாசிப்பதிலும், நற்பண்புகளிலும் சிறந்தவளாக காணப்பட்டாள். பெற்றோருக்கு மிக பிரியமானவளாக இருந்தாள். ஆசிரியர்களின்

வெற்றியும் வாழ்வும்

பாராட்டுதல்களை பெற்று வந்தாள். சக நண்பர்களும் இவளை உயர்வாக மதித்து வந்தனர்.

இவரது வாலிப வயதில் (நீதிமானுடைய தகப்பன் மிகவும் களிகூருவான்...)நீதி 23:24, 25ஐ அடிக்கடி தியானித்து தனது பெற்றோரை எப்போதும் மகிழப் பண்ண வேண்டும் என்று ஜெபித்து வந்தாள். தனது வாலிப வயதில் பரிசுத்த வாழ்வினை கவனமாக காத்துக் கொண்டாள். திருமண காரியம் ஒழுங்கானது. தனக்காக தன் பெற்றோரை துன்பப்படுத்தியதே இல்லை. எல்லா பணிகளையும் வீட்டிலும் கல்லூரியிலும் கிரமமாக செய்யும் தன்மையுடையவர்.

மணப்பெண்ணான ரஞ்சினி தங்கமான குணமுடையவள் என்று பலரும் பேசிக் கொண்டதாக இவள் தாயாருடன் பணிபுரிந்த ஆசிரியை தாயாரிடம் கூறியதை கேட்டு உண்மையாகவே தாயின் உள்ளம் பூரிப்படைந்தது.◆◆◆

வெற்றியும் வாழ்வும்

மனதில் தோன்றுவதை எல்லாம் பேசுவதால் ஏற்படும் குளறுபடிகள்

தன் ஆவியை அடக்காதவன் மதிலிடிந்த பட்டணம் போல இருக்கிறான் **நீதி** 25: 28.

ரூபி பிறப்பிலிருந்து பல வருடங்கள் கிட்டத்தட்ட 45 வயது வரை கபடற்று காணப்பட்டாள். ஆண்டவருக்காக ஆத்தும ஆதாயம் செய்ய வேண்டும் என்று எண்ணிய போது இவளை செய்யவிடாமல் வைக்க சாத்தான் பலவித கிரியைகளை இவளுக்குள் செய்தான். அதில் ஒன்று மனதில் தோன்றுவதை அப்படியே பேசி விடுவதாகும்.

நமது உணர்வுகள் நேற்று ஒன்று இன்று ஒன்றாக இருக்கும். நேற்று ஒருவரை நமது உணர்வினால் தவறாக புரிந்து கொள்வோம் இன்று சரியான நல்லவராக புரிந்து கொள்வோம்.

ஆனால் உணர்வு யோசிப்பதை அப்படியே பேசிவிட்ட ரூபி பலவித உறவுகளை இழக்க நேரிட்டது. அதன் பின்னரே எப்படி பேச வேண்டும்

வெற்றியும் வாழ்வும்

என்பதை கற்றுக் கொண்டார். யாரிடம் பேசுகிறோம். எந்த நபரிடம் பேசுகிறோம், என்ன பேசுகிறோம், எப்படி பேசுகிறோம், என்ற தெளிந்த அறிவோடு யோசித்து பேச வேண்டும்.

யாத் 4:12 நீ பேச வேண்டியதை உனக்குப் போதிப்பேன் என்று அவளுக்கு தேவன் வாக்களித்தார். பரிசுத்த ஆவியானவரின் ஒத்தாசையுடன் சரியான முறையில் பேசக் கற்றுக் கொண்டாள்.

◆ ◆ ◆

வெற்றியும் வாழ்வும்

நம் வாழ்க்கை நம் கையில்

நமது வாழ்வில் முதலாவது கடவுளுக்கு இடமளிக்க வேண்டும். இரண்டாவது நமது குடும்பத்திற்கு, மூன்றாவது தான் பிறருக்கும், ஊழியத்திற்கும் இடமளிக்க வேண்டும். ஒரு சிலர் பிறரது கைப்பொம்மையாக வாழ்ந்து தனக்கும் தனது குடும்பத்திற்குமான யாவற்றையும் இழந்து நிற்பார்கள்.

நீங்கள் கிரயத்துக்கு கொள்ளப்பட்டீர்கள். மனுஷருக்கு அடிமைகளாதிருங்கள். 1 கொரி 7:23.

விமலா எல்லோருக்கும் வளைந்து கொடுக்கும் தன்மையுடையவர். விமலாவின் கணவரும் தன் நலன் கருதாது பிறருக்காக வாழும் அன்புள்ள மனிதர். எனவே திருமணம் செய்த நாளிலிருந்து கணவர் பணி ஓய்வு பெறும் நாள் வரை, கணவரின் வருமானம் குறித்து விமலா கேட்பதில்லை.

மேலும் விமலா பணி செய்யும் தனியார் நிறுவனத்திலும் எல்லோரிடமும் எந்த பணி

வெற்றியும் வாழ்வும்

கொடுத்தாலும் மாட்டேன் என்று சொல்ல மாட்டாள். ஏனெனில் பிறர் என்ன நினைப்பார்களோ என்றும் மனிதர்களை பிரியப்படுத்தும் குணத்தினால் அப்படி இருந்தாள். எனவே பல்வேறு இன்னல்களை வாழ்வில் சந்தித்தாள். கடைசியில் 55 வயதிற்கு மேல் தெளிவடைந்தாள்.

தனது உறவுகளை மாமனார், கொழுந்தன் மற்றும் நண்பர்கள், சில சமயம் சில ஊழியர்கள் போன்றோரின் இழுத்த இழுப்பிற்கெல்லாம் சென்றதினால் பண காரியங்களிலும் விமலாவும், விமலாவின் கணவரும் அனைத்தையும் தன் பிள்ளைகளுக்கு சேமிக்க இயலவில்லை. எனவே விமலா போல் இருக்கக் கூடாது.

நம் வாழ்க்கை நம் கையில் என்று அறிந்து பிறரது இழுத்த இழுப்பிற்கே செல்லாமல். தேவனுக்கு பின் நமது குடும்பத்திற்கு முதல் இடம் கொடுத்து வாழ்வது சிறந்தது. பிறரின் manipulation-க்கு ஆளாகவே கூடாது.

◆ ◆ ◆

விசுவாச ஜெபம்

மீன் தண்ணீர் இல்லாமல் உயிர் வாழ இயலாது. அது போல ஒவ்வொரு விசுவாசியும் விசுவாசமில்லாமல் வாழ முடியாது. நாம் ஜெபிக்கும் போது நம் ஜெபத்தை தேவன் கேட்கிறார் என்கிற உணர்வோடு ஜெபிக்க வேண்டும்.

நம்முடைய விசுவாசமே உலகத்தை ஜெயிக்கிற ஜெபம். 1 யோ 5:4.

விஜய் குழந்தை பருவம் முதல் கடவுளுடன் பேசும் பழக்கமுடையவன். சிறுவயதில் சிறு சுகவீனத்திற்காக மருத்துவரிடம் சென்றிருக்கும் போது உதட்டை அசைத்து ஜெபிப்பான். மருத்துவர் ஜெபிக்கிறாயா? தம்பி என்று கேட்டிருக்கிறார்.

வெற்றியும் வாழ்வும்

L.K.G. பயிலும் போது அவனது ஆசிரியை அவன் அம்மாவிடம் உங்கள் மகன் ஜெபிக்கிற மகன் என்று மகிழ்வுடன் கூறியிருக்கிறார்கள்.

அவன் 4ம் வகுப்பு படிக்கும் போது கோழிகளுக்கும், குஞ்சுகளுக்கும், வியாதி வந்திருந்தது. மிகவும் மோசமான நிலையில் தலையை தொங்கவிட்ட நிலையில், இறக்கையை கீழே போட்டிருந்தது.

விஜய், விலங்குகள், பிராணிகள், மனிதர்கள் மீது மிகுந்த இரக்கமுள்ளவன். ஏழைகள் மீது மிகுந்த இரக்க சுபாவமுள்ளவன். யாராவது நாய் மீது கல்லெறிந்து விட்டாலே இவனுக்கு கண்ணீர் வந்துவிடும் அவ்வளவு இரக்க குணமுள்ளவன். காலையில் பள்ளிக்கு செல்லும் முன் கோழிகளின் நிலையைப் பார்த்துவிட்டு ஜெபித்து விட்டு சென்றான். மாலை அவள் வீடு திரும்பிய போது, கோழிகளும், குஞ்சுகளும் புத்துயிர் பெற்று மேய்ந்து கொண்டிருந்தன.◆◆◆

வெற்றியும் வாழ்வும்

பெற்றோர் செய்த
நன்மைக்கு பதில்
நன்மை செய்தல்

1தீமோத் 5:4 பெற்றோர் செய்த நன்மைகளுக்கு பதில் நன்மைகள் செய்ய கற்றுக் கொள்ளக் கடவர்கள். அது தேவனுக்கு பிரியமுமாய் இருக்கிறது.

பெற்றோர் தனது பிள்ளைகளை வளர்த்து ஆளாக்க மிகவும் பிரயாசப்பட்டிருப்பார்கள். முதிர்வயதான பெற்றோரை பிள்ளைகள் கவனிப்பது தேவனுக்கு பிரியம்.

ஜெயா மிகவும் அமைதியானவன், சிறுவயதில் பெற்றோருக்கு கீழ்ப்படிந்தவள். இவளது பெற்றோர் முதிர்வயதில் இவளது வீட்டில் இருந்தனர். மிகவும் முதிர்ந்தவர்களை கவனிப்பது, படுக்கையில் இருப்பவர்களை கவனிப்பது கஷ்டம் தான். ஜெயாவின் பெற்றோர் படுக்கையில் இல்லை. எந்தவித தொந்தரவும இல்லை. ஆயினும் சில நேரம் ஜெயாவுக்கு எரிச்சல் வரும். ஒரு ஒலிநாடா மூலம் தேவ எச்சரிப்பு கிடைக்கப் பெற்றாள். பெற்றோரை

வெற்றியும் வாழ்வும்

சரியாக நடத்தாவிடில் பலவித கஷ்டங்களை அடைய நேரிடும். பலவித ஆசீர்வாதங்களை இழக்க நேரிடும் என்று எச்சரிக்கப்பட்டாள். பின்னர் கர்த்தருக்கு பயந்து கவனித்தாள். இதை வாசிக்கும் அருமையானவர்களே, நமது எல்லாவித ஆசீர்வாதங்களுமே பெற்றோரை நல்லமுறையில் நடத்துவதில் அடங்கியிருக்கிறது. பாவத்தை வெறுப்பது, தேவனுக்கு பிரியம், பரிசுத்தம் காப்பது தேவனுக்கு பிரியம், அது போலவே, பெற்றோரை அன்புடன் பராமரிப்பது தேவனுக்கு பிரியம்.

தன் தகப்பனையும், தன் தாயையும் தூஷிக்கிறவன் சபிக்கப்பட்டவன். உபா 27:1 ◆◆◆

வெற்றியும் வாழ்வும்

யதார்த்த வாழ்வு

விவேகம், நீதி, நியாயம், நிதானம் என்பவைகளைப்பற்றிய உபதேசத்தை அடையலாம். இவைகள் பேதைகளுக்கு வினாவையும், வாலிபருக்கு அறிவையும் விவேகத்தையும் கொடுக்கும். நீதி 1:3,4

லிடியா கர்த்தருக்கு பயந்த ஸ்திரி, ஆனால் மிகவும் பேதையாக, தனது அறிவை எப்படி பயன்படுத்த வேண்டும் என்ற சாமர்த்தியமே இல்லாமல் இருந்தாள்.

உலகில் பெற்றோர் உண்மையான அன்பை உடையவர்கள், அதற்கு அடுத்து சகோதர, சகோதரிகள், உறவினர்கள், நண்பர்கள் அன்புள்ளவர்கள், சிலருக்கு நல்ல மாமியார், நாத்தனார், கொழுந்தன் அமைவதுண்டு.

யதார்த்த வாழ்வில் பொதுவாக மருமகளை, மாமியார், நாத்தனார், கொழுந்தன், அண்ணன்-மனைவி, போன்றோர், சற்று குறைவாகவே மதிப்பிடுபவார்கள்.

லிடியா மனதில் உள்ளதை கபடு இல்லாமல், உடன் பணிபுரிவோராயினும், குடும்ப உறவில், கொழுந்தன்

வெற்றியும் வாழ்வும்

போன்றோரிடம் அப்படியே பேசும் பழக்கமுடையவள். எனவே அவர்கள் அதனை சரியாக எடுத்து கொள்ளவில்லை. தான் விவேகமில்லாமல் பேசுவதை அறிந்து கொண்டாள். அதிகமாக ஜெபித்தாள்.

பின்னர் மனிதர்களின் தன்மைகளை பகுத்தறியும் குணம் பெற்றுவிட்டாள். தன் மீது அன்புள்ளோர், பொறாமையுடையோர், போன்றோரை கண்டு கொண்டாள். சரியான படி பேசவும் கற்றுக் கொண்டார். தேவனிடம் விவேகம் கேளுங்கள். மேலும் ஒவ்வொரு நபர்களிடமும் சற்று இடைவெளி விட்டே பழகுவது உறவுகள் விரிசல் விழாமல் இருக்க உதவும்.

❖ ❖ ❖

வெற்றியும் வாழ்வும்

கர்த்தரின் ஆசீர்வாதமே ஐஸ்வரியத்தை தரும்

கர்த்தரின் ஆசீர்வாதமே ஐசுவரியத்தைத் தரும் அதனோடே அவர் வேதனையைக் கூட்டார் நீதி 10:22

கர்த்தர் தந்தவைகளே வாழ்வில் நிலைக்கும். கர்த்தரால் வராதவைகள் யாவும் வேதனையையே தருவதாக அமையும்.

தன் கணவரின் வருமானத்தில் திருப்தியுடன் வாழ்ந்து கொண்டிருந்த உஷாவிற்குள், சாத்தான் கெட்ட எண்ணங்களை உண்டு பண்ணினாள். தன் பெற்றோர் தனக்கும் ஏதாவது தருவார்களா? என்று எண்ணி கேட்டும் விட்டாள்.

பின்னர் ஜெபிக்க முடியாமல் கஷ்டப்பட்டாள். தேவனிடம் முறையிட்டாள். பெற்றோர் தனது பென்ஷனை அவர்கள் விருப்பப்படி கஷ்டப்படும் தனது பிள்ளைகளுக்கு கொடுப்பார்கள். அதனை நன்றாக இருக்கும் பிள்ளைகள் கேட்கவே கூடாது. மேலும், கர்த்தருக்காக வாழ துடிக்கும் கர்த்தருடைய பிள்ளைகளுக்குள் சில நேரம் சாத்தான் புகுந்து இப்படி பண இச்சை, பாலியல் இச்சை, மனக்கசப்பு

வெற்றியும் வாழ்வும்

போன்ற கெட்ட காரியத்தை உருவாக்க முயலுவான். உடனே அதனை புரிந்து கொண்டு அப்படிப்பட்ட பிசாசின் காரியத்திற்கு இடமளித்து விடக்கூடாது.

தேவ பிள்ளைகள் கட்டாயம் பெற்றோரை கவனிக்க வேண்டும். பணம் வாங்காமலே கவனிப்பது தான் மிக நல்ல காரியம். கர்த்தர் நம் உள்ளிந்திரியங்களை நமது ஆண்டவர் கவனிக்கிறார். எனவே உண்மை அன்புடன் வயது முதிர்ந்த பெற்றோரை பராமரிப்போம்!.

கர்த்தரின் ஆசீர்வாதமே ஐஸ்வரியத்தைத் தரும் அதனோடே அவர் வேதனையை கூட்டார்.

◆ ◆ ◆

வெற்றியும் வாழ்வும்

பிறரின்

கட்டுப்பாட்டுக்குள்

கைப்-பொம்மையாய்

இருப்பது தவறு

நாம் நம்மை ஆண்டவரின் கட்டுப்பாட்டுக்குள் வைத்திருந்து, ஆண்டவருக்கு அடிமை என்னும் உணர்வோடு வாழ்ந்திட வேண்டும். அவ்வாறு வாழும் போது உலகத்துக்கும் உலக மனிதர்களுக்கு கட்டுப்பட்டவர்களாய் இல்லாமல் சுதந்தர உணர்வோடு வாழலாம்.

தீத்து 2:15, ஒருவனும் உன்னை அசட்டை பண்ண இடம் அளிக்காதே.

டெய்ஸி யார் என்ன கூறினாலும், முடியாவிட்டாலும், முடியாது என்றும் இல்லை என்றும் கூற தயங்குபவள். பிறரின் கை பொம்மையாகவே இருந்து வந்ததினால். சில நபர்கள் இவளை அடிமைப்படுத்தி வைத்திருந்தனர்.

பண விஷயத்திலும் தனது பிள்ளைகளுக்கென்று தானாக முடிவெடுத்து, சேமித்து வைக்க

வெற்றியும் வாழ்வும்

முடியவில்லை. பணி செய்யுமிடம், உறவினர் சிலரும் இவளை பண விஷயங்களில் ஏமாற்றியுள்ளனர்.

மிக பிந்திய வயதிலேயே பிறருக்கு அடிமையாக இருக்கக் கூடாது என்று தெரிந்து கொண்டாள். பரிசுத்த ஆவியானவருக்கு மட்டுமே அடிமையாக இருக்க வேண்டும் என்று கற்றுக் கொண்டாள்.

தன்னை அடிமைப்படுத்த நினைப்பவர்களை இனம் கண்டு கொண்டாள். நமது வாழ்க்கை நம் கையிலே உள்ளது. பிறர் நம்மை ஆளுகை செய்ய இடமளிக்கவே கூடாது.

> *1 கொரி 7:23 நீங்கள் கிரயத்துக்குக் கொள்ளப்பட்டீர்கள். மனுஷருக்கு அடிமைகளாகாதிருங்கள்.*

◆ ◆ ◆

வெற்றியும் வாழ்வும்

விழித்திருந்து
ஜெபியுங்கள்

பொதுவாக தேவபிள்ளைகளை எதிர்பாரா நேரத்தில் சாத்தான் தாக்க நினைப்பான். நாம் விழித்திருந்து அவன் தந்திரங்களை அறிந்து ஜெபிக்க வேண்டும். நாம் கிறிஸ்துவுக்குள் உண்மையாய் வாழும் போது சாத்தான் நம்மை மேற்கொள்ள முடியாது.பிசாசு கர்ஜிக்கிற சிங்கம் போல் எவனை விழுங்கி விடலாம் என்று இருப்பதினால், விழித்திருந்து ஜெபிப்பதே நம் கடமை.

உங்கள் எதிராளியான பிசாசு கர்ஜிக்கிற சிங்கம் போல எவனை விழுங்கலாமோ? என வகை தேடி சுற்றி திரிகிறபடியினால் விழித்திருந்து ஜெபியுங்கள். 1 பேதுரு 5:8

பொன்ராஜ் மிக சிறுவனாக இருக்கும் போதிலிருந்து அடிக்கடி சுகவீனப்படுவான். பள்ளிக்கு செல்லவே முடியாத நாட்கள் மிக அதிகம் டைபாய்டு, மலேரியா, காய்ச்சல் என்று பலவிதமான சுகவீனங்கள், ஒரு வருடத்தில் 3 மாதங்கள் பள்ளிக்கு செல்ல முடியாமல்

வெற்றியும் வாழ்வும்

போவதுண்டு. பொன்ராஜ் வீட்டில் மாதந்தோறும் ஜெபக்கூடுகை நடைபெறும் அப்போது ஒரு தீர்க்கதரிசி அம்மா பொன்ராஜ் குறித்து, தீர்க்கதரிசனம் கூறினார்கள். பின் நாட்களில் பலருக்கு ஆசிர்வாதமாக ஆண்டவரின் காரியத்தை செய்வதை அறிந்த பிசாசு சிறுவயதிலேயே மோசேயை அழிக்க நினைத்தது போல பொன்ராஜை அழிக்க நினைக்கிறான். எனவே மிக விழிப்பாய் இருந்து ஜெபிக்கும்படி பொன்ராஜ் அம்மாவிடம் கூறினார்கள். அன்றிலிருந்து பொன்ராஜின் தாயார் அவனுக்காக ஊக்கமாக ஜெபித்து வந்தார்கள்.

பொன்ராஜீக்கு பலவித திறமைகளும், சிறப்பு நுண் அறிவு திறனும், மாய்மாலமற்ற அன்பும் இரக்க சுபாவமும் தேவன் கொடுத்திருந்தார். பெற்றோருக்கும் பிறருக்கும் கனி கொடுக்கும் மரமாக இவனை ஆண்டவர் பயன்படுத்தினார். தேவன் ஒவ்வொருவருக்கும் ஒரு திட்டம் வைத்துள்ளார். அதனை தடை செய்ய பிசாசு தன்னால் முயன்றதை செய்வான். சத்துருவின் சகல வல்லமைகளையும் மேற்கொள்ளும் அதிகாரம் தேவன் நமக்கு கொடுத்துள்ளார். லூக் 10.19. எனவே

சத்துருவின் காரியங்களை தேவ பலத்தினால் மேற்கொண்டு விடலாம். தூயவாழ்வு வாழ்ந்து கொண்டு, பிள்ளைகளுக்காக ஜெபித்தால் நம்மையும், நம் பிள்ளைகளையும், நம் உடைமைகளையும், நம் வீட்டினையும், நம் பணியையும், சாத்தான் தொடவே முடியாது.

◆ ◆ ◆

வெற்றியும் வாழ்வும்

குற்றத்தை மன்னிப்பது

பிறர் செய்த குற்றம் நம்மை பாரப்படுத்தாது இருக்க வேண்டுமானால் மன்னித்து மறந்து விடும் மனம் நம்மிடம் காணப்பட வேண்டும். மன்னிக்கும் தன்மை உள்ளோர் ஆண்டவரிடம் உரிமையோடு அண்டிக் கொள்ளலாம்.

குற்றத்தை மன்னிப்பது அவனுக்கு மகிமை. நீதி 19:11

ஜெபா ஒரு தனியார் தொண்டு நிறுவனத்தில் பணி செய்து வந்தாள். அப்போது அந்த நிறுவனத்தின் மேலாளர் ஜெபாவிற்கு தீமையான காரியம் பல செய்தார். அந்த பணியினை விட்டுவிட்டு வேறு தொண்டு நிறுவனத்தில் ஜெபா பணி செய்ய சென்றுவிட்டார்.

வருடங்கள் ஓடியது, ஆயினும் ஜெபா அந்த மேலாளர் செய்த தீமைகளை பலரிடம் பேசி வந்தாள்.

ஒரு பத்திரிக்கையில் ஒரு கதை ஒன்றினை படித்தாள். அதன் மூலம் கர்த்தர் ஜெபாவிடம் பேசினார். தவறு இழைத்த நபர் தேவனிடம் முறையிட்டு மன்னிப்பு பெற்றுக் கொண்டார். தவறு இழைக்கப்பட்ட மனிதர் தவறு செய்த நபரை பலரிடம் முறையிட்டு அவரது பாவம் மலை போல் ஆகிவிட்டதாகவும் அந்த

கதையில் கூறப்பட்டிருந்தது. இதனை படித்த ஜெபா தனக்கான நீதி கதையே அது என்று உணர்ந்து, அன்றிலிருந்து அந்த மேலாளர் தனக்கு இழைத்த தீமையை மன்னித்து விட்டார். அதன்பின் யாரிடமும் அவரைப் பற்றி குறைகூறவேமாட்டாள்.

◆ ◆ ◆

வெற்றியும் வாழ்வும்

பொது அறிவை வாழ்வில் பயன்படுத்த வேண்டும்

நமது பொது அறிவை வாழ்வில் பயன்படுத்த தவறினால் பல இழப்புகள் நேரிடும். பகுத்து அறியும் பக்குவம் வேண்டும். உலக ஞானம் பகுத்து ஆராய்வதால் கிடைக்கும் தெய்வ ஞானம் அப்படியே நம்புவதால் கிடைக்கும்.

யாக் 1:5: ஞானத்தில் குறைவுள்ளவனாயிருந்தால் தேவனிடத்தில் கேட்கக் கடவன்.

தேவன் உலகில் படைத்துள்ள யாவருமே, தனது பொது அறிவினை பயன்படுத்தவே விரும்புகிறார்.

குடும்பங்களில் 90 சதவீதம் பிரச்சினைகள், பணம் இல்லாததினால் ஏற்படும் பொருளாதார

வெற்றியும் வாழ்வும்

பிரச்சினையே ஆகும். சாலமோன், இருதாய்- ஒரு பிள்ளை பிரச்சினையினை தனது நுண்ணறிவு கூர்மையினால் எப்படி பயன்படுத்தினார் என்பதை '1இராஜாக்கள் 3:16- 28ல் பார்க்கிறோம்.

அவ்விதமே நமது அன்றாட வாழ்வில் நாம் நமது அறிவினை பயன்படுத்தினால் நமது குடும்ப வாழ்வு, பொது வாழ்வு சிறப்பாக அமையும்.

சொர்ணா, ஒரு போதும் தனது பொது அறிவினை பயன்படுத்தவே இல்லை. அவளைப் போலவே அவளது கணவரும் இருந்ததினால், இவர்களின் மகன் திருமண நேரத்தில் மிக அதிகமான தொகையினை கடன் வாங்கினார். 35 வருடம் உழைத்தும் இருவரும் எந்த சேமிப்புமே வைக்கவில்லை. திட்டமிடுதலும் இல்லை. இருவரும் முதுகலை பட்டதாரிகள். சொர்ணா தன் கணவர் ஓய்வு பெற்ற பின் இதனை உணர்ந்தாள். பின்னர் தனது வருமானத்தில் சேமித்தனர். மிக பிந்திய காலத்தில் இதை செய்தனர். பொது அறிவினை வாழ்வில் அப்பியாசிக்க வேண்டும்.

❖ ❖ ❖

வெற்றியும் வாழ்வும்

எப்படி கொடுக்க வேண்டும்

உண்மையான தேவையில் இருப்போருக்கு நம்மால் முடிந்த உதவிகளை செய்ய வேண்டும்.

மல்கியா 3:10 ஆலயத்தில் ஆகாரம் உண்டாயிருக்கும் படிக்கு தசம பாகங்களை கொண்டு வாருங்கள்.

ஷீலா தசம பாக காணிக்கைகளை எப்படி கொடுப்பது என்று தெரியாமல், தனிப்பட்ட முறையில் ஊழியம் செய்கிற சிலருக்கு மிக கணிசமான தொகையினை கொடுத்துள்ளார். பின் நாட்களில் தன்னிடம் அப்படி காணிக்கை பெற்றவர் தங்கள் பெயருக்கே கட்டிடத்திற்கு மேல் கட்டிடம் கட்டவே அதனை வசூலித்திருப்பது தெரிய வந்தது. எந்தவிதமான ஏழைகளுக்கும் அவர்கள் உதவி செய்யவே இல்லை என்பது ஷீலாவுக்கு தெரிய வந்தது.

ஒலிநாடா மூலம் தசமபாக காணிக்கைகளை எப்படி பலவித ஊழியங்களுக்கும் பிரித்துக் கொடுக்க வேண்டும் என்று கற்றுக் கொண்டாள். நம் கண்முன்னே தெரியும் ஏழைகள், விதவைகள் திக்கற்றோர், ஒதுக்கப்பட்டோர், ஊனமுற்றோர்

வெற்றியும் வாழ்வும்

மற்றும் சரியாக பணத்தை செலவு செய்யும் மிஷனெரி ஸ்தாபனங்கள், போன்றவர்களுக்கும் காணிக்கை அனுப்பலாம்.

ஆதி காலத்தில் ஒரு சபை மூலம் பெறப்படும் காணிக்கை அதை சுற்றியுள்ள ஏழைகளுக்கே செலவிடப்பட்டது. இதை வாசிக்கும் அருமையானவர்களே சரியாக கண்டறிந்து சரியான நபருக்கு உதவுங்கள். நாம் செல்லும் ஆலயங்களில் சரியாக செலவிடப்படுகிறதா? என்று அறிந்து அதன் பின்னரே தசம காணிக்கைகளை கொடுப்பது நல்லது.

◆　◆　◆

வெற்றியும் வாழ்வும்

இரக்கமே ஆண்டவர் விரும்புவது

இரக்க சிந்தை உள்ளவரிடத்தில் இறைவனைக் காணலாம். இரக்கப் பண்பு தேவனுக்கு உகந்த பலியாக காணப்படுகிறது.

மத் 12:7 பலியை அல்ல, இரக்கத்தையே விரும்புகிறேன் என்கிறார் நம் இறைவன்.

இயல்பாகவே ஒரு சிலருக்கு இறைவன் படைப்பிலேயே மிக அதிக இரக்கக் குணங்களும் அதிகப்படியான அன்பும் இருக்கும்.

ஜெயந்தி, ஒருமுறை ஒரு பிரச்சினைக்காக ஜெபித்து வந்தாள். சிலர் நகைகளை கழற்றுவது போல தானும் கழற்றி விடுவோமா? என்ற எண்ணத்தில், தேவனிடம் ஜெபித்தாள். பிரச்சினை தீர நகைகளை கழற்றிவிடலாமா? என்று தேவனிடமே கேட்டாள். அதற்கு தேவன் மறு உத்தரவு கொடுத்தார். பலியை நான் விரும்பவில்லை பிறர் மீது உனக்கு இன்னும் இரக்கமே வேண்டும். நான் இரக்கத்தையே விரும்புகிறேன் என்றார். ஜெயந்தியும் குடும்ப ஆலோசனை நிலையத்தில் பணியாற்றி வந்தாள்.

வெற்றியும் வாழ்வும்

அங்கு விதவைகள், கணவரால் கைவிடப்பட்டோர். ஒடுக்கப்பட்டோர். ஆலோசனைக்காக வருபவர்கள் அவர்கள் மீது அதிக இரக்கம் காட்டவே தேவன் ஜெயந்தியிடம் விரும்பினார்.

இயேசுவும் கலிலேயா, கப்பர் நகூம் பகுதிகளில் விதவைகள், ஏழைகள், தேவையுள்ளோருக்கு மிகுந்த மனஉருக்கத்துடன் தனது ஊழியத்தினை நிறைவேற்றினார். பசியுள்ளோருக்கு உணவும், ஆடையில்லாதோருக்கு ஆடையும், சிறைபட்டோருக்கு உதவிகளும், வியாதியுள்ளோரை பார்ப்பதும் போன்றவற்றையே ஆண்டவர் நம்மிடம் விரும்புகிறார்.

> மத் 25:40"...மிகவும் சிறியவராகிய என் சகோதரரான இவர்களில் ஒருவனுக்கு நீங்கள் எதைச் செய்தீர்களோ, அதை எனக்கே செய்தீர்கள் என்று மெய்யாகவே உங்களுக்குச் சொல்லுகிறேன்...'.

❖ ❖ ❖

வெற்றியும் வாழ்வும்

கவலை திரும்ப, திரும்ப

கவலை

கவலை என்பது மனிதனின் கட்டுகளுள் ஒன்று. கவலையோடு ஆண்டவரை கண்டு தொழுது கொள்ள முடியாது. எனவே கவலைகளை விட்டு விட வேண்டும்.

சங் 55:22 கர்த்தர் மேல் உன் பாரத்தை வைத்து விடு, அவர் உன்னை ஆதரிப்பார்.

ஜெபா எப்போதுமே எதையாவது யோசித்து கலங்கும் குணமுடையவர் சாத்தானும் அவள் பலவீனத்தை தெரிந்து கொண்டு அடிக்கடி ஜெபாவை கலங்க வைப்பான். தேவன் மீது கவலையை ஒப்படைத்துவிட்டு அவர் மீது நம்பிக்கை வைக்க பழகினாள்.

தவறு செய்தால் தேவனிடம் மன்னிப்பு கேட்டுவிட்டால் அவர் உடனே மன்னித்து விடுகிறார். கடந்த காலத்தை நினைத்து கலங்க தேவையில்லை. தேவன் புதியன செய்திடுவார். இதை வாசிக்கும் அன்பானவர்களே பல மாதமாக, பல வருடங்களாக கவலை என்ற நாற்காலியின் இருந்து

வெற்றியும் வாழ்வும்

கொண்டிருந்தாலும் உடனே எழும்புங்கள். அன்னாள் ஆண்டவரிடம் சமர்ப்பித்து விட்டு பின்னர் துக்க முகமாய் இருக்கவில்லை.

திரும்ப, திரும்ப பிரச்சினையை நினைப்பதும் பேசுவதினாலும் அதுவே பிரச்சினையாகிவிடும். நமது மூளை தான் கலங்கும், தீர்வு கிடைக்காது. பிரச்சினையை நம்மை விசாரிக்கும் கர்த்தரிடம் ஒப்படைத்துவிடுவோம். தேவன் மீது முழு நம்பிக்கையுடன் இருப்போம்.

உன் வழிகளை அவரிடம் ஒப்படைத்துவிட்டு அவர் மேல் நம்பிக்கையாய் இருக்கும் போது, அவரே காரியத்தை வாய்க்கச் செய்வார். சங் 37:5

❖ ❖ ❖

வெற்றியும் வாழ்வும்

சுற்றி வளைத்துப் பேசுவது

நீதி 10:19 சொற்களின் மிகுதியினால் பாவம் இல்லாமல் போகாது.

சந்திரா சிறு வயதில் அமைதியானவள். தேவனுக்காக சிறுசிறு ஊழியங்கள் செய்து வந்தாள். பொதுவாக தேவனுக்காக ஊழியம் செய்பவர்களின் சாட்சியை சாத்தான் கெடுக்கப் பார்ப்பான். அப்படி ஏதாவது தவறு செய்ய தூண்டுவான், பின் குற்ற உணர்வு ஏற்படுத்தி, தேவனுடன் உள்ள உறவினை பிரித்து விட வைப்பது சாத்தானின் சூழ்ச்சியாகும். எனவே பிசாசுக்கு இடமளித்து விடக் கூடாது.

அப்படி சந்திரா 45 வயதிற்கு மேல் அதிகம் பேசுகிறவளாக காணப்பட்டாள். ஏதாவது ஒரு காரியத்தை பேச ஆரம்பித்தால் போதும், சுற்றி வளைத்து பல கதைகளை, பேசி பின்னரே சொல்ல வந்த காரியத்திற்கு வருகிறவளாக இருந்தாள். இது தவறு என்று புரிந்து கொண்டு ஜெபித்து வந்தாள். சரியானபடி எப்படி பேச வேண்டுமோ? அதை மட்டுமே தேவ ஒத்தாசையுடன் பேசக் கற்றுக் கொண்டாள்.

வெற்றியும் வாழ்வும்

மத் 12:37 உன் வார்த்தையினாலே நியாயம் தீர்க்கப்படுவாய், அல்லது உன் வார்த்தையினாலே குற்றவாளி என்று தீர்க்கப்படுவாய்.

❖ ❖ ❖

வெற்றியும் வாழ்வும்

சந்தோஷமான இல்லம்

கிறிஸ்துவுக்குள் வாழும் குடும்பத்தில் சத்துருவினால் பிரச்சினைகள் வராது. பிள்ளைகள், குடும்பம் குடும்பத்தின் உடைமைகளை சுற்றிலும் கர்த்தர் வேலி அடைத்து பாதுகாத்துக் கொள்வார்.

சங்கீ 122:7. உன் அலங்கத்திற்குள்ளே சமாதானமும், உன் அரண்மனைக்குள்ளே சுகமும் இருப்பதாக

விஜிலா கர்த்தருக்காக ஆலயங்களின் செய்தி கொடுப்பாள். சாத்தான் ஊழியத்தை தடை செய்ய நினைத்து குடும்பத்தில் சில சண்டை அல்லது பிரச்சினை, வியாதி ஏதாவது கொண்டு வருவான். அப்படி விஜிலா வீட்டில் ஒருமுறை தொடர் சண்டை வந்து கொண்டே இருந்தது. விஜிலா இதற்காக பாரத்துடன் ஜெபித்தார்கள் ஆண்டவர் வாக்கு கொடுத்தார்'உன் அலங்கத்திற்குள்ளே

சமாதானமும், உன் அரண்மனைக்குள்ளே சுகமும் இருப்பதாக என்ற வெளிப்பாடு கிடைத்தது. அதன் பின் ஊழியத்திற்கு எந்த தடையுமே இல்லை. அப்பமும், தண்ணீரும் ஆசீர்வதிக்கப்பட்டதாய் இருந்தது.

வெற்றியும் வாழ்வும்

முதலாவது தேவனுடைய ராஜ்யத்தை தேடும் போது, நன்மையும் கிருபையும் தானாகவே வரும்.

◆ ◆ ◆

வெற்றியும் வாழ்வும்

நன்மையும் கிருபையும்
உன்னைத் தொடரும்

நாம் முதலாவது ஆண்டவரையும் தேவ ராஜ்ஜியத்தையும் தேட வேண்டும். மற்ற உலக நன்மைகள் தானாகவே வரும். நாம் தேடி ஓட வேண்டியதில்லை.

சங் 23:6 நன்மையும், கிருபையும் உன்னைத் தொடரும்.

புத்தாண்டுக்கு முன் யாவரும் புதிய ஆண்டு ஆசீர்வாதமானதாக இருக்க ஜெபிப்பது வழக்கம்.

அப்படியே ஷர்மிளா, கர்த்தரின் பாதம் அமர்ந்து புதிய ஆண்டிற்காக ஜெபித்து வந்தாள். மனிதராலும் பணக்கஷ்டத்தினாலும், பல நெருக்கடிகளை நாமும் சந்தித்து வரலாம்.

ஷர்மிளாவுக்கு புதிய வருட வாக்குதத்தமாக 'நன்மையும், கிருபையும் உன்னைத் தொடரும்' என்பதனைக் கொடுத்தார்.

நாமும் முதலாவது தேவனுடைய ராஜ்யத்தைத் தேடும் போது, நன்மையும், கிருபையும், நம்மைத் தேடி வரும். நாம் அதைத் தேடி ஓட வேண்டியதில்லை.◆◆◆

வெற்றியும் வாழ்வும்

மனிதரிடம் நாம் எதை
எதிர்பார்க்கிறோமோ?
அதனை நாம் பிறருக்கு
செய்ய வேண்டும்

மனிதரிடம் நாம் எதிர்பார்ப்பதை நாம் பிறருக்குச் செய்தல் வேண்டும்.

மத் 7:12 மனுஷன் உங்களுக்கு எவைகளைச் செய்ய விரும்புகிறீர்களோ? அவைகளை நீங்களும் அவர்களுக்கு செய்யுங்கள்.

பிறர் நம்மை அன்புடன் நல்லவிதமாக நடத்த விரும்பினால், நாமும் பிறரை நல்லவிதமாக நடத்த வேண்டும்.

ஜெனிஷா பிறரை நன்றாகவே எப்போதும் நடத்த வேண்டும் என்பதனை, ஒரு நபர் மூலம் கற்றுக் கொண்டாள். நம் வீட்டில் பணிபுரியும் நபராக இருப்பினும் அவர்களை கடுமையாக நடத்தினால் அது பாவமாகிவிடும். யாராக இருப்பினும் நன்றாக நடத்த வேண்டும்.

வெற்றியும் வாழ்வும்

நம் வீட்டிலுள்ள முதிய பெற்றோர், நம் மனைவி, கணவர், பிள்ளைகள், யாவரையும், மரியாதையுடன் அன்புடன் நடத்த வேண்டும். நமக்கு மேலே எஜமானர் இருக்கிறார் என்கிற எண்ணம் எப்போதும் நமக்கு இருக்க வேண்டும். கர்த்தருடைய பிள்ளைகள், நியாயப் பிரமாணப்படி, கற்பனைகளைக் கைக் கொள்ள வேண்டும்.

❖ ❖ ❖

வெற்றியும் வாழ்வும்

உள்ளதை உள்ளது என்று பேச வேண்டும்

மத் 5:37 உள்ளதை உள்ளது என்றும் இல்லதை இல்லதென்றும் சொல்லுங்கள்.

மலர் எப்போதும் ஜெபிக்கிற பெண். இவளது பிந்திய காலங்களில், சற்று மிகைப்படுத்தி பேசுவதை வழக்கமாக கொண்டிருந்தாள். ஆண்டவர் மலரின் தவறை சுட்டிக் காட்டினார், எச்சரிக்கப்பட்டாள். அதன்பின் உள்ளதை உள்ளபடியே பேச ஆரம்பித்தார்.

நாமும் கூட்டத்திற்கு 20 பேர் வந்திருந்தால் 60 என்று கூறாமல் 20 தான் வந்திருந்தனர் என்றும் கூற வேண்டும். நமது குடும்ப பெருமைகளைப் பேசுவதும் தவறு தான், நான் ஆபிரகாமின் குமாரன், நான் இன்னாருக்கு உறவினர் என்று பெருமைப்படவே கூடாது. திரித்து பேசுவது, குறை கூறி பேசுவது, பொய்யாகக் கூறுவது பிறரை புண்படுத்தி பேசுவது, பிறர் மீது தப்பு அப்பிராயம் உருவாக அவதூறு பேசுவது, யாவுமே பாவமாகும்.

மலர் தனது வாயை ஞானம் விளங்க திறக்க கற்றுக் கொண்டது போல நாமும் பிறரை ஊக்கப்படுத்தி, பயனுள்ளவற்றை மட்டுமே பேசுவோமாக.◆◆◆

வெற்றியும் வாழ்வும்

நமக்கு தேவன் குறித்ததை மட்டும் செய்ய வேண்டும்

யோபு 23:14 எனக்கு குறித்ததை அவர் நிறைவேற்றுவார்.

ஒவ்வொருவருக்கும் திறமைகள் உண்டு பலவிதமான பணிகளை ஒருவரே செய்யும்படி தேவன் சிலருக்கு வாய்ப்பு கொடுக்கிறார்.

சிலரை ஒரு குறிப்பிட்ட காரியத்தை மட்டுமே செய்ய அனுமதிக்கிறார். ரீனா பலவித பணிகளை செய்ய விரும்பினாள். தேவன் அவளை ஒரு குறிப்பிட்ட ஊழியத்தை மட்டுமே அவள் மூலம் நிறைவேற்ற விரும்பினார்.

தேவன் அழைக்காத பல காரியங்களில் தேவ சித்தமில்லாமல் தலையிடவே கூடாது. தேவனே வாய்ப்பினை ஏற்படுத்தி அவரே பயன்படுத்த சித்தமானால் மட்டுமே செய்ய வேண்டும். அது போல பிறருடைய காரியங்களில் தேவையில்லாமல் மூக்கை நுழைக்கவே கூடாது. நமக்கென்று ஏற்படுத்தியவற்றில் மட்டுமே தலையிட வேண்டும்.

ஊழியம் செய்யும் நாம் ஒரு வாரம் ஜெபித்து, செய்தியை ஆயத்தம் செய்து, நம்மையும் நமக்கு அன்பான உறவுகளையும் ஆண்டவரின் இரத்தக்

வெற்றியும் வாழ்வும்

கோட்டைக்குள் ஒப்புவித்துவிட்டு ஊழியம் செய்வதை பழக்கமாக்கிக் கொண்டால், சத்துரு உள்ளே நுழைய முடியாது ஊழியம் செய்யும் நாம் பரிசுத்தத்துடன் நீதியுடனும் ஊழியம் செய்ய வேண்டும். பவுல் 1 கொரி 9:27ல் கூறியபடி, மற்றவர்களுக்கு பிரசங்கிக்கிற நாம் தானே ஆகாதவர்களாக போகாதபடிக்கு நம்மை ஒடுக்கி ஆண்டவருக்குள் கீழ்ப்படுத்த வேண்டும்.

◆ ◆ ◆

வெற்றியும் வாழ்வும்

யாவருக்கும் உதவி செய்யும் இறைவன்

பலமுள்ளவனுக்காகிலும்,
பலனற்றவனுக்காகிலும் உதவி
செய்கிறது லேசான காரியம்
2. நாளா 14:11

நன்மை ஏதுமே இல்லாத குறைவுள்ள, தவறுகளை செய்த நம்மை தேவன் அவரது கிருபையினால் மீட்டு, கழுவி சுத்திகரித்து அவரது பணியினை செய்யும் கிருபையினை கொடுத்துள்ளார். ஜேஸ்மினுக்கு ஒரே ஒரு தாலந்து மட்டுமே உண்டு.

அவர் நமது திறமைகளை, நிறைகளை பார்க்கவில்லை அவர் காரியத்தை செய்ய என்னை பயன்படுத்துவார் என்று கேட்கிற யாராய் இருந்தாலும் எந்த நபரையும் அறிவில், திறமையில் குறைவுள்ளவர்களாய் இருப்பினும் அவர்களைக் கொண்டு தனது காரியத்தை நிறைவேற்றுகிறார். அவ்விதமே தேவன் ஜேஸ்மினின் ஒரு தாலந்தைக் கொண்டு பல ஆயிரங்களை ஆண்டவருக்குள் நடத்த பயன்படுத்தினார்.

1 கொரி 1:27, பலமுள்ளவர்களை வெட்கப்படுத்தும்படி தேவன் பலவீனமானவர்களைத் தெரிந்து கொண்டார்.

வெற்றியும் வாழ்வும்

இதனை வாசிக்கும் அன்பார்ந்தவர்களே கல்வியும், ஞானமும் திறமையுடையவர்களாய் இருப்பின் உங்களை அவரது சேவையைச் செய்ய அர்ப்பணியுங்கள். உலக பிரகாரமான உங்கள் பணியோடு கூட உங்கள் தாலந்துகளை அவருக்கான சேவையையும் சேர்ந்தே செய்யுங்கள்.

திறமை அதிகம் இல்லை என்று நினைக்கும் நபராக இருப்பினும் நிச்சயம் ஏதாவது ஒரு தாலந்தாவது கட்டாயம் ஆண்டவர் கொடுத்திருப்பார். அதனை அர்ப்பணித்து பயன்படுத்துங்கள். ஒரே ஒரு வாழ்க்கை, வெகு சீக்கிரம் கடந்து விடும், கிறிஸ்துவுக்காய் செய்வது ஒன்று மட்டுமே நிலைத்திருக்கும்.

❖ ❖ ❖

வெற்றியும் வாழ்வும்

உன் கை செய்யும் வேலையில் எல்லாம் உன் தேவனாகிய கர்த்தர் உன்னை ஆசிர்வதிப்பார்

(...உன் வாசல்களில் இருக்கிற பரதேசியும் திக்கற்றவனும், விதவையும் வந்து புசித்துத் திருப்தியடைவார்களாக. அப்பொழுது உன் கை செய்யும் வேலையிலெல்லாம் உன் தேவனாகிய கர்த்தர் உன்னை ஆசிர்வதிப்பார். உபாகமம் 14:29)

திவ்யாவை அவள் அம்மா மிக செல்லமாக வளர்த்தபடியினால், அவளுக்கு சமையல் எதுவுமே தெரியாது. திருமணத்திற்கு பின்னரும் திவ்யாவின் அம்மா அவளுடன் இருந்தபடியினால் அவள் பொறுப்பின்றி இருந்தாள். திவ்யாவின் அம்மா மிக முதிர்வுற்ற பின் திவ்யா சமையல் செய்ய ஆரம்பித்தாள். தன் அம்மா போல் அவளுக்கு சுவையாக செய்ய தெரியவில்லை. ஒருநாள் இதற்காக ஜெபித்த போது உன் கை செய்யும் வேலையில் எல்லாம் தேவன் ஆசீர்வாதம் கட்டளையிடுவார் என்ற வாக்குத் தத்தம் திவ்யாவிற்கு கிடைத்தது.

வெற்றியும் வாழ்வும்

தினமும் ஜெபித்து வீட்டில் பாராட்டும் அளவிற்கு சுவையாக செய்ய ஆரம்பித்தார்.

மட்டுமல்ல தனது தாயாரின் குணங்களை ஆராய ஆரம்பித்தாள். திவ்யாவின் தாயார் அவர்களது ஊரில் ஏழைகள், விதவைகளுக்கு இலவசமாக தானியங்கள் அரிசி, பண உதவி என்று உயிரோடிருக்கும் நாள் பரியந்தம் செய்து வந்தார்கள். திவ்யாவின் அம்மா ரஞ்சிதம் தனது 90 வயது வரை அவர்கள் செய்த சமையல் மட்டுமல்ல யாவுமே ஆசிர்வதிக்கப்பட்டே இருந்தது. இதனை திவ்யாவும் பின்பற்றினாள். அருமையானவர்களே, நீங்களும் கண்ணுக்கு தெரிந்த பரதேசி, விதவை, திக்கற்றவர்களுக்கு உதவி செய்யுங்கள். அப்பொழுது நீங்கள் செய்யும் யாவற்றிலும் ஆசீர்வாதத்தை தேவன் கட்டளையிடுவார்.

❖ ❖ ❖

வெற்றியும் வாழ்வும்

மரணபரியந்தம் நம்மை நடத்துவார்

சங் 48:14 இந்த தேவன் என்றென்றுமுள்ள சதாகாலமும் நமது தேவன், மரணபரியந்தம் நம்மை நடத்துவார்.

பெண்கள் தினத்தன்று, தனியார் மருத்துவமனை ஒன்றில் இலவச மருத்துவ சோதனை நடைபெற்றது. எந்த ஒரு வியாதியுமே இல்லாத ரஞ்சிதா தனது பொது அறிவினை பயன்படுத்த தவறிவிட்டாள். அன்று மருத்துவ மாணவி ஒருவரால் ரஞ்சிதா மருத்துவ சோதனை செய்ய சென்றிருந்தார். அந்த மருத்துவ மாணவி தனது மருத்துவ கருவி மூலமாக ரஞ்சிதாவின் யூரினரி பகுதியில் சேதம் ஏற்படுத்தியதினால் ஒரு பெரிய ஆப்ரேசன் ரஞ்சிதாவிற்கு நடந்தது. எந்த வியாதியும் இல்லாத நிலையிலும், மருத்துவ மாணவியிடம் சென்றது ரஞ்சிதாவின் அறிவற்ற செயலாகும்.

அதன்பின் இரண்டு ஆண்டு வரை மிகுந்த மனத் தொய்வினால் பாதிக்கப்பட்டிருந்தாள். அவளது கணவரும், மகனும் மிகவும் நன்றாக கவனித்தனர். தான் மகளுக்கும், கணவருக்கும் பின் நாட்களில் கஷ்டத்தைக் கொடுத்துவிடக் கூடாதே என்று வருந்தி ஜெபித்து வந்தாள். ஒருநாள் சங் 48:14ல் தேவன் மரணபரியந்தம் நடத்துவதாக வாக்களித்தார். அதே

வெற்றியும் வாழ்வும்

நாளில் குடும்ப ஜெபத்தில் வாசிக்கப்பட்ட பகுதியும் பாடப்பட்ட பாடலும் மரணபரியந்தம் ஆண்டவர் நடத்துவார் என்பதாகும். அதன் பின் மீண்டும் உற்சாகமடைந்து சுற்றியுள்ள பகுதிகளில் உள்ள சபைகளில் பிரசங்கம் செய்ய ஆரம்பித்தாள்.நம் யாவரையுமே மரணபரியந்தம் தேவன் நடத்துவார்.

◆ ◆ ◆

வெற்றியும் வாழ்வும்

முதியவர்கள்

பிள்ளைகளை

ஆசிர்வதிக்க வேண்டும்

ஆதி 48:20 யாக்கோபு முதிர்வயதில் தன் பிள்ளைகள் யாவரையும் ஆசிர்வதித்தார்.

பொதுவாக பெண் பிள்ளைகள் திருமணத்திற்கு பின்பு, தகப்பன், தாய் குடும்பத்தை சற்று மறந்து தனது குடும்பத்துடன் மிகவும் நெருக்கமாக இருப்பது இயல்பான காரியமே. இதுபோலவே, சந்திராவின் மகள் லிடியாவுக்கு திருமணம் ஆனது. லிடியாவுக்கு பணிக்கு செல்லவும், கணவரை கவனிக்கவுமே நேரம் சரியாக இருக்கும். லிடியா திருமணத்திற்கு முன்பு போல் அதிகம் தன்னுடன் நெருக்கமாக இல்லை என்று நினைத்த சந்திரா, தன் மகள் மீது சற்று மனஸ்தாபப்பட்டுக் கொண்டே இருந்தாள். ஒருநாளில் உணர்த்தப்பட்டாள். முதிர் வயதானவர்கள் தனது சொந்தப் பிள்ளைகளிடம் குறைகள் இருப்பினும், ஆண்டவர் நம்மை குறைகளுடன் நேசிப்பது போல பெற்றோர் பிள்ளைகளை நேசித்து ஆசிர்வதித்துக் கொண்டே இருந்தால் தான் பிள்ளைகள் ஆசிர்வாதமாக இருப்பார்கள் என்று உணர்ந்து கொண்டாள்.

வெற்றியும் வாழ்வும்

அதன்பின் தனது மகள், மகனை தினமும் ஆசிர்வதித்து ஜெபிக்க ஆரம்பித்ததாள். இதனை வாசிக்கும் பெற்றோரே உங்கள் சொந்த பிள்ளைகளை சபிக்க வேண்டாம். எரிச்சல்பட வேண்டாம். குறைகள் இருப்பினும், குறைகள் மாற ஜெபியுங்கள், ஆசிர்வதிப்பதே அன்றி சபித்து விட வேண்டாம். நம் மூலம் நம் சொந்தப் பிள்ளைகள் ஆசீர்வதிக்கப்பட வேண்டும்.

◆ ◆ ◆

வெற்றியும் வாழ்வும்

ஆசீர்வதிக்கப்பட்டவர்கள்

சங் 115:15, வானத்தையும், பூமியையும் படைத்த கர்த்தராலே நீங்கள் ஆசீர்வதிக்கப்பட்டவர்கள்.

கிரேஸ் என்பவர் நன்கு ஜெபிக்கிறவள். சாத்தான் மூலம் சோதிக்கப்பட்டு தனது பெற்றோர் மனம் நோக கோபப்பட்டுவிட்டாள். சாத்தான் தொடர்ந்து கிரேஸ்க்கு குற்ற உணர்வினை கொடுத்து வந்தான். ஆண்டவரிடம் தனது பாவத்தை அறிக்கையிட்டு ஜெபித்தார் ஆண்டவர் மன்னித்துவிட்டார். ஆயினும் கிரேஸ் ஆண்டவரிடம் ஒருநாள் 'ஆண்டவரே நான் ஆசீர்வதிக்கப்பட்டவளா? அல்லது சாபமானவளா? என்று கேட்டார் ஆண்டவர் வானத்தையும் பூமியையும் படைத்த கர்த்தரால் ஆசீர்வதிக்கபட்டவர்கள் என்று பதிலளித்தார். மீண்டும் கிரேஸ் ஆண்டவரிடம் 'ஆண்டவரே நான், என் பிள்ளைகள் ஆசீர்வதிக்க தகுதியுள்ளவளா? மற்றவர்களை ஆசீர்வதிக்கலாமா? என்று கேட்டார். அதற்கு மறுமொழியாக 'நீங்கள் ஆசீர்வதிக்கிறவர்கள் ஆசீர்வதிக்கப்பட்டவர்கள்' என்று கூறினார். கிரேஸைப் போல நான் ஆசீர்வதிக்கப்பட்டவள் தானா? ஆசீர்வதிக்கப்பட்டவன் தானா? என்ற கேள்வியுடன் இதை வாசிக்கும் நபராக இருப்பின் திட்டமாக நீங்கள் உங்களை படைத்த ஆண்டவரால் ஆசீர்வதிக்கப்பட்டவர்களே, மன்னிக்கப்பட்டவர்கள்.

வெற்றியும் வாழ்வும்

அவருக்கு பிரியமாய் வாழுங்கள். அநேகருக்கு ஆசீர்வாதமாய் இருப்பீர்கள்.

◆ ◆ ◆

வெற்றியும் வாழ்வும்

தேவனை மட்டும் சார்ந்து வாழுதல் பிறர் விஷயத்தில் தேவையில்லாமல் தலையிடாமல் இருத்தல்

எரேமியா 17:5-7, மனுஷன் மேல் நம்பிக்கை வைத்து, மாம்சமானதை தன் புயபலமாக்கிக் கொண்டு, கர்த்தரை விட்டு விலகுகிற இருதயமுள்ள மனுஷன் சபிக்கப்பட்டவன் என்று கர்த்தர் சொல்கிறார். கர்த்தர் மேல் நம்பிக்கை வைத்து, கர்த்தரைத் தன் நம்பிக்கையாக கொண்டிருக்கிற மனுஷன் பாக்கியவான்.

சாந்தகுமார் மிக திறமையாக கடினமாக உண்மையாக பணிபுரிபவர். 35 வருடமாக உத்தமத்துடன் பணிபுரிந்தார். ஒருமுறை பள்ளியின் உள்ள அரசியலில் லேசாக தலையிட்டு விட்டார். அதன் பின் தலையிடவே இல்லை. ஆனால் அந்த

வெற்றியும் வாழ்வும்

ஒருமுறை தலையிட்டதின் விளைவாக பல பள்ளிகளுக்கு மாற்றப்பட்டார். ஒவ்வொரு முறையும் நிர்வாகம் மாறும் போதும், நிர்வாகத்தினர் பணி மாற்றம் தன்னுடைய ஊருக்கு தருவார்கள் என்று மனிதர்களையே நம்பி வந்தார். இப்படியே ஒவ்வொரு நிர்வாகம் மாறும் போது புது நிர்வாகிகளை பார்த்து வந்தார். யாருமே இவருக்கு உதவி செய்யவே இல்லை. இறுதியில் சாந்தகுமார் தனக்கு தேவன் மட்டுமே உதவக் கூடியவர். மனிதனை சார்ந்து நிற்பது, தனது திறமை மற்றும் அரசியல் உயர் பதவி உள்ளோர் யாவரையும் சார்ந்து கொள்வது தவறு என்று தெரிந்து கொண்டார். இறுதியில் ஆண்டவர் தலையிட்டால் மட்டுமே தனது சூழ்நிலை மாறும் என்பதினை புரிந்து கொண்டார். மனித பலமும், நமது சுயபலத்தினாலும் எதையுமே செய்ய முடியாது. தேவ சார்பு நிலையே நமக்கு தேவ பெலனாகும்.

◆ ◆ ◆

வெற்றியும் வாழ்வும்

இப்புத்தக
ஆசிரியர்

திருமதி. ஸ்டெல்லா ராஜகுமார், M.Sc. (Psy) M.Ed. இவர்கள் ஏழு ஆண்டுகள் தொண்டு நிறுவனத்தில் சமூக பணியிலும், 10 ஆண்டுகள் உளவியல் விரிவுரையாளராக ஆசிரியர் பயிற்சி நிறுவனத்திலும், 26 ஆண்டுகள் குடும்ப நல ஆலோசனை நிலையத்தில் குடும்ப நல ஆலோசகராகவும் பணியாற்றியுள்ளார்கள். இவர்கள் பணிமூலம் பல பிரிந்த குடும்பங்கள் இணைக்கப்பட்டுள்ளது. விதவைகள், கணவரால் கைவிடப்பட்டோர் பயனடைந்துள்ளனர். ஆதரவற்ற மாணவர்கள் கல்வி கற்று நல்ல நிலையில் வந்துள்ளனர்.

◆ ◆ ◆

வெற்றியும் வாழ்வும்

Contact us: Kirubalayam

Email :kirubalayamorg@gmail.com

Youtube:
https://www.youtube.com/channel/UCI-uyvhEOIZ8RMZro_JbvwQ

Anchor:
https://podcasters.spotify.com/pod/show/kirubalayam

Spotify:
https://open.spotify.com/user/317ogpee5hyxg7njuuosryis3lyu

Instagram:
https://www.instagram.com/kirubalayam/

AmazonMusic:
https://music.amazon.co.uk/podcasts/645326ba-e335-4ced-b79d-562cc73d98da/kirubalayam

GooglePodcast:
https://podcasts.google.com/feed/aHR0cHM6Ly9hbmNob3IuZm0vcy85Y2JmZjFlOC9wb2RjYXN0L3Jzcw?sa=X&ved=0CAMQ4aUDahcKEwiIidDf57j4AhUAAAAAHQAAAAAQAQ&hl=en-IN

Fb: https://www.facebook.com/Kirubalayam/

Twitter:https://twitter.com/kirubalayam

Threads:
https://www.threads.net/@kirubalayam

வெற்றியும் வாழ்வும்

CoverPhotoCredits:"© [grthirteen]/123RF.COM"
Credits: Cover designed by Astratekcreations.

❖ ❖ ❖

Disclaimer:

The story, all names, characters, and incidents portrayed in this book are changed. No identification with actual persons (living or deceased), places, buildings, and products is intended or should be inferred.

❖ ❖ ❖

❖ ❖ ❖